தத்துவத்தின் சித்திரவடிவம்

தத்துவத்தின் சித்திரவடிவம்
நாகரத்தினம் கிருஷ்ணா (பி. 1952)

புதுச்சேரியைப் பூர்வீகமாகக்கொண்ட நாகரத்தினம் கிருஷ்ணா கடந்த இருபத்தைந்து ஆண்டுகளாக பிரான்சு நாட்டின் கிழக்கில் ஸ்ட்ராஸ்பூர் நகரில் வசிக்கிறார். சமூகவியலில் முதுகலைப் பட்டம் பெற்ற இவர் சொந்தமாக வணிகம் நடத்திவருவதோடு ஆங்கிலம் – பிரெஞ்சு மொழி பெயர்ப்பாளராகவும் செயல்பட்டுவருகிறார். நவீன பிரெஞ்சு இலக்கியத்தைத் தமிழுக்கு அறிமுகப்படுத்துவதில் ஆர்வம் கொண்டவர். தமிழில் மூன்று நாவல்கள், நான்கு சிறுகதைத் தொகுப்புகள், ஐந்து கட்டுரைத் தொகுப்புகள், பிரெஞ்சி லிருந்து ஆறு மொழிபெயர்ப்புகள் வெளிவந்துள்ளன.

முகவரி   :   10, Rue Herschel,
                           67200 - Strasbourg, France.

மின்னஞ்சல் :   nakrishna@live.fr

நாகரத்தினம் கிருஷ்ணா

தத்துவத்தின் சித்திரவடிவம்

காலச்சுவடு பதிப்பகம்

பாரதிக்கும்
க.நா.சு.வுக்கும்

தத்துவத்தின் சித்திரவடிவம் ◆ கட்டுரைகள் ◆ ஆசிரியர்: நாகரத்தினம் கிருஷ்ணா ◆ © கிருஷ்ணா நாகரத்தினம் ◆ முதல் பதிப்பு: ஜனவரி 2015◆ வெளியீடு: காலச்சுவடு பப்ளிகேஷன்ஸ் (பி) லிட்., 669, கே.பி. சாலை, நாகர்கோவில் 629001

காலச்சுவடு பதிப்பக வெளியீடு: 630

tattuvattin cittiravaTivam ◆ Essays ◆ Author: Nagarathinam Krishna ◆ © Krishna Nagarathinam ◆ Language: Tamil ◆ First Edition: January 2015

Published by Kalachuvadu Publications Pvt.Ltd., 669, K.P.Road, Nagercoil 629001, India ◆ Phone: 91-4652-278525 ◆ e-mail: publications@ kalachuvadu.com

ISBN : 978-93-82033-96-7

01/2015/S.No. 630, kcp 1222, 18.6 (1) ILL

பொருளடக்கம்

என்னுரை

வணக்கம் நண்பர்களே!

சுமார் பத்து வருடங்களுக்கு முன்பு 'இராயர் காப்பி கிளப்' என்ற யாஹூ குழுமமொன்று, இணையதளத்தில் செயல்பட்டது. இலக்கிய ரசனையுள்ள நண்பர்கள் பலரைக் கொண்டு அது நடத்தப்பட்டது. தற்செயலாக அதில் இணைந்திருந்தேன். எழுத்தையும் இலக்கியத் தையும் அக்கினிக்குஞ்சாக 'பொத்தி' வைத்திருந்த நாட்கள் அவை. சேரும் இடமும் சூழலும் பொதுவில் நம்மைக் கட்டமைக்கின்றன. அன்றைக்கு எனக்குத் தெரிந்த பிரெஞ்சு இலக்கியத்தைப் பகிர்ந்துகொண்டபோது நண்பர்கள் பலர் உற்சாகப் படுத்தினார்கள். குறிப்பாக, எழுத்தாள நண்பர் இரா. முருகன்.

தமிழுக்குப் பலன் கிடைக்கக்கூடும் என்ற எதிர்பார்ப்புடன், இன்றைக்கு மொழிபெயர்ப்புகளும் பிறமொழி இலக்கியம் பற்றிய அறிமுகங்களும் நடைபெறுகின்றன. இதன் நோக்கமென்ன, தமிழிலக்கியத்திலுள்ள வெற்றிடத்தை நிரப்பவா? அப்படி இருக்க முடியாது. இதுபோன்ற செயல்பாடுகள் எல்லாமொழிகளிலும் எல்லா நாடுகளிலும் நடக்கின்றன. கேரளாவிற்கும், மேற்கு வங்காளத்திற்குமுள்ள ஆர்வம் பிரான்சு நாட்டிற்கும், பிரிட்டனுக்கும் உள்ளது. இலக்கியத்திற்கான நோபெல் பரிசுகளை உலகில் அதிக எண்ணிக்கையில் பெற்றிருந்தும் கலை இலக்கியத்தில் பல புதுமைகளையும் புரட்சிகளையும் நடத்தி வருகிறபோதும் ஆண்டுதோறும் ஆயிரக்கணக்கான மொழிபெயர்ப்புகளை உலகெங்கிலுமிருந்து பிரான்சு

நாடு பிரெஞ்சு மொழிக்குக் கொண்டுவருகிறது. ஒவ்வொரு ஆண்டும் பிரேசில் இலக்கியம், இந்திய இலக்கியமென விழா எடுத்து வெளிநாட்டுப் படைப்புகளையும் எழுத்தாளர்களையும் அறிமுகம் செய்கிறது. இதனை பிரான்சு நாட்டில் ஒரு யாகம்போல நடத்துகிறார்கள். பிரெஞ்சு இலக்கியத்தின் வளர்ச்சிக்குப் பின்னே இருக்கிற மர்மம் இது. அவர்கள் பிற இலக்கியங்களில் காட்டும் ஆர்வத்தை முக்கியக் காரணமாகப் பார்க்கிறேன்.

தன்னை அறிய, பிறமையையும் புரிந்துகொள்ள வேண்டும். பொருளற்ற வியந்தோதலையும் கற்பனைகளையும் தவிர்க்க உதவும். ஸ்மார்ட்ஃபோன் யுகத்தில், தொடக்ககால ஃபோனைப் பற்றிய உபயோகப் பெருமைகளைக் பேசிக்கொண்டிருப்பது கால விரயம். மின்னஞ்சல் காலத்தில், புறாவிடு தூது குறித்த திறனாய்வை நடத்திக்கொண்டிருப்பது அபத்தம். அல்பெர் காம்யூவையும், ஃபூக்கோவையும் தெரிந்துகொள்வது தேவைதான், ஆனால் அது கட்டாயமல்ல. இளைஞர்களைத் தயார்படுத்த இன்றைக்கு என்ன நடக்கிறது என்கிற புரிதல் முக்கியம். பிற துறைகளைப் போலவே சமகாலப் பார்வை இலக்கியத்திற்கும் அவசியமென நினைக்கிறேன். 'அண்டைவீட்டுக்காரனின் தகப்பன் பாட்டன் பெருமைகளைக் காட்டிலும், அந்த அண்டைவீட்டுக்காரனின் சொந்தச் சாதனையைப் புரிந்துகொள்வதிலேயே என்னுடைய வளர்ச்சியிருக்கிறது என நம்பும் பலரில் நானும் ஒருவன்.' உலக இலக்கியங்களில் தற்போது என்ன நடக்கிறதென்ற ஒப்பீடு மட்டுமே நவீனத் தமிழ் இலக்கியத்தை வளர்த்தெடுக்க உதவுமென்பது எனது நம்பிக்கை, அதன் அடிப்படையில் எழுதப்பட்டதே இத்தொகுப்பிலுள்ள கட்டுரைகள்.

ஸ்ட்ராஸ்பூர், பிரான்சு
04.11.2014

நாகரத்தினம் கிருஷ்ணா

'நாவலென்பது தத்துவத்தின் சித்திரவடிவம்'

அல்பெர் கமுய்

1960ஆம் ஆண்டு ஜனவரி மாதம் தமது பதிப்பாளர் குடும்பத்தைச் சேர்ந்த நெருங்கிய சிநேகிதருடன் பாரீஸுக்குத் திரும்பிக் கொண்டிருக் கிறார். வெண்பனி மூடிய சாலை. சாலையின் தன்மை அறிந்து வாகனத்தைக் கவனத்துடனேயே ஓட்டிவந்திருக்கிறார்கள். ஆனால் மரணம் நிதான மிழந்திருந்தது. நிதானத்தோடு இருந்திருந்தால் பறிக்கக்கூடிய உயிரல்ல அது. உடன்வந்த நண்பர் இரண்டுநாட்கள் கழித்து இறந்திருக்கிறார். இந்த மனிதருக்கு எதிலும் அவசரம். இறப்பிலும் அவசரப்பட்டிருக்கிறார். நாற்பத்து நான்கு வயதில் இலக்கியத்திற்கான நோபல்பரிசு; நாற்பத்தேழாவது வயதில் பாரீஸுக்குச் செல்லும் வழியில் மரத்தில் வாகனம் மோத, மரணம் உடன் சம்பவிக்கிறது. அல்பெர் கமுய் விபத்தில் மறைந்து ஐம்பது ஆண்டுகள் ஓடிவிட்டன.

அல்பெர் கமுய் உலகெங்கும் கொண்டாடப் படுகிற, தமிழுக்கு 'அந்நியன்' மூலம் அறிமுகமான தொரு பெயர். அவரது படைப்புகளுள், குறிப்பாக பொருளற்ற வாதம் (*Absurdism*) அல்லது அபத்தவியல் வரிசையில் வந்த அந்நியன் (*The Stranger-1942*), சிஸிபஸ் புராணம் (*The Myth of Sisyphus-1942-*), கலிக்யுலா (*Caligula-1944*) ஆகியனவும்; கொள்ளை நோய் (*The Plague -1947*), புரட்சியாளன் (*The Rebel-1951*), வீழ்ச்சி' (*The Fall-1956*) நூல்களும்; முற்றுப்பெறாமல், கமுய் இறந்த பிறகு பதிப்பித்து

வெளிவந்த முதல் மனிதன் (The First Man) என்ற படைப்பும் இடைவிடாமல் வாசிக்கப்படுவை, இவற்றைத் தவிர்த்து பல கட்டுரைத் தொகுப்பு களும், நாடகங்களும், சிறுகதைகளும் உள்ளன. அல்பெர் கமுய்யை மையமாக வைத்து பிறர் எழுதியுள்ள நூல்களே ஐம்பதுக்குக் குறையாமலிருக்கலாம் என்கிறார்கள். சமீபத்தில் ஐந்து நூல்கள் வெளிவந்துள்ளன.

கமுய் வட ஆப்பிரிக்காவில் அல்ஜீரியா நாடொன்றில் பிறந்தவர். அக்காலத்தில் பிரெஞ்சுக்காரர் வசமிருந்த காலனிகளுள் அந்நாடுமொன்று. தந்தை லூசியன் கமுய் ஒயின் வியாபாரத் தரகர் ஒருவரிடம் ஊழியராகப் பணிபுரிந்தார். தாய் காத்ரீன் சிண்ட்டே படிப்பறிவற்ற பெண்மணி. முதல் உலகப்போரில் லூசியன் கமுய் பிரெஞ்சு ராணுவத்திற் சேர்ந்து அகால மரணமடைந்த பொழுது, குடும்பம் மீண்டும் அல்ஜீரியாவிற்குத் திரும்புகிறது. ஏழ்மையான குடும்பம். அங்கே கடைநிலை மக்கள் அதிகம். தமிழ் வழக்கிற்குப் பரிச்சயமான வாக்கியத்தில் சொல்லவேண்டுமெனில் பற்றுப்பாத்திரம் தேய்த்து காத்ரீன் பிள்ளைகளை வளர்த்தார். இலக்கியத்திற்கு அடுத்து அல்பெர் மிகவும் நேசித்த பெண்மணி, காத்ரீன். கமுய்வின் 'அந்நியன், 'இனிய மரணம்' (A Happy Death) ஆகிய புனைவுகளை வாசித்தவர்களுக்கு காத்ரீன், சிண்ட்டே பெயர்கள் நினைவுக்கு வரலாம். தமது மகளுக்குக்கூட காத்ரீனென்று பெயர் வைத்திருக்கிறார்.

'நாவலென்பது கற்பனைச் சித்திரங்களால் கட்டமைக்கப்பட்ட தத்துவம்' என்பது அவர் தரும் விளக்கம். 'எனது மனம் சொற்கள் வயப்பட்டதன்றி சிந்தனை வயப்பட்டதல்ல' (Carnet, 1950). கலைஞன் என்பவன் தந்தக்கூட்டுக்குள் தனிமையைத் தேடிக்கொள்பவனல்ல, அவன் பொதுவாழ்வின் துயரங்களையும் மகிழ்ச்சியையும் உரியவகையில் பிறமனிதர்களோடு பகிர்ந்து கொள்பவன் (ஸ்டாக்ஹோம் நோபல் உரை, 1957). 'வீழ்ச்சி' வெளிவந்தபோது, 'நூலின் பொருளுக்குகந்த சொற்சித்திரத்தை அமைத்திருக்கிறேன்' என்று நேர்காணலொன்றில் அளித்த பதிலைக்கொண்டு, தாம் தத்துவவாதி அல்ல கலைஞனென்று பிடிவாதமாக அவர் மறுப்பதைப் பார்க்கிறோம். 1938–1941க்கும் இடையில் கமுய் எழுதியிருந்த ஆக்கங்கள் மூன்று: ஒன்று கட்டுரை (சிசஃபி புராணம்); அடுத்தது புனைவு (அந்நியன்); மூன்றாவது, நாடகம் (கலிக்யுலா). ஒப்பீட்டளவில் அளவில் மூன்றும் வேறுபட்டிருந்தபோதிலும், படைப்பின் நோக்கத்தை அதாவது உலகின் பொருளற்ற இயல்புகளை முன்னிறுத்தும் அவரது அபத்தவியல் சிந்தனைப் பிரச்சாரத்தை அவை முறையாகவே செய்தன. "அம்மா இறந்திருக்கிறாள்! என்றைக்குச் செத்தாள், இன்றா நேற்றா? நான் அறியேன்", என்பது அந்நியன் புனைகதையின் தொடக்க வரிகள். கமுய் அறிமுகப்படுத்தும்

                                              நாகரத்தினம் கிருஷ்ணா

எதிர் நாயகன் (Anti hero) மெர்சோ அபத்தவியலின் பிரதிநிதி. தன்மையில் நிகழும் கதைசொல்லலில் கலகக்குரல் உரத்தே கேட்கிறது. ஈரமும் சார்புமற்ற அக்குரல் தொடக்கத்தில் நமக்கு எரிச்சலூட்டினாலும், முடிவில் நமது அனுதாபத்தைப் பெறுகிறது. வாழ்க்கையென்பது திட்டமிடல்களால் ஆனதல்ல; தற்செயல்களால் தொடர்வது; அதற்குப் பொருள்தேடி அலைவது அர்த்தமற்றதென கமுய் நினைக்கிறார். அந்நியன் – 'அவன்' என்ற மூன்றாம் பேர்வழி அல்ல, நீங்களும் நானுமான சொற்கூட்டத்துக்குள் வலம் வருபவன். அவன் தன்னுடைய சமூகத்துக்கு அந்நியன் அல்லது தனக்குத்தானே அந்நியன். இதன் தொடர்ச்சியாக எழுதப்பட்டது சிசைஃபி புராணம். பொருளற்றவாதமெனும் அவரது சிந்தனையின் நூல்வடிவம். அந்நியனுக்கு முன்பாக வந்திருக்க வேண்டிய நூல். அல்பெர் கமுய்க்கு அது குறித்த வருத்தங்களேதுமில்லை. 'உங்களுக்குத் தத்துவாதியாக வரவேண்டுமென்ற எண்ணமேதுமுண்டா, புனைகதைகளை எழுதுங்கள்' என்று சொல்கிறவருக்கு இப்படியான விமர்சனங்களேகூட அபத்தமானவைதான். சிசைஃபி கட்டுரை மனிதருக்குண்டான அபத்தச் சூழல்களை அலசுகிறது. சிசைஃபி கிரேக்கப் புராணக்கதையை ஆதாரமாகக்கொண்டு எழுதப்பட்ட கட்டுரை. விதிக்கப்பட்ட தண்டனைக்கு ஒவ்வொருநாளும் மலையுச்சிக்குப் பாறாங்கல்லை உருட்டிப்போக வேண்டும், ஆனால் உச்சியை எட்டுகிறபோதெல்லாம் பாறாங்கல் திரும்பவும் கீழே உருண்டுவருகிறது. மனித வாழ்க்கையில் பல முயற்சிகளுக்கும் அபத்தம் வழங்குகின்ற பதில். 'உண்மையில் உடனடியாக கவனத்திற் கொள்ள வேண்டிய தத்துவப் பிரச்சினை தற்கொலை யென்றும், வாழ்வதுதான் நோக்கமெனில் அபத்தத்தை அதன் போக்கில் நிறுத்திவிட்டு வாழ்க்கையைத் தொடர வேண்டுமென்றும் கமுய் கூறுகிறார். பொருளற்றவாதத்தின் வரிசையில் மூன்றாவதாக வருவது கலிக்யுலா. இன்றைக்கும் பிரான்சில் ஏதாவதொரு குழு மேடையேற்றிக்கொண்டிருக்கும் நாடகம். கதைநாயகன் கலிக்யுலா உரோமானிய அரசகுமாரன். அவனது சராசரி மனிதவாழ்க்கை சகோதரி டிராசில்லா இறப்பால் முடிவுக்குவருகிறது. அவன் புரிந்துகொண்டது ஒன்றேயொன்றுதான்: 'மனிதர்கள் அனைவரும் ஒருநாள் இறக்கவேண்டும், அவர்கள் வாழ்க்கை மகிழ்ச்சிக்குரிய தல்ல'. அவன் மனத்திலுண்டான வெற்றிடத்தை வரம்பற்ற அதிகாரத்தினூடாக நிரப்ப முயற்சிக்கிறான். கொடிய அரக்கனாக மாறுகிறான். 'விதியை அறிய முயற்சித்தேன், இயலாதென்பது புரிந்ததும், எனக்கான விதியை நானே உருவாக்கிக்கொள்வதென தீர்மானித்தேன்' என்கிறான்

1947இல் வெளிவந்த 'கொள்ளைநோய்' முக்கியமானதொரு புனைகதை. பிரெஞ்சு இலக்கிய விமர்சகர்களின் பரிசினைப்

பெற்ற நூல். பதிப்பித்த முதல் நாளிலேயே ஒரு இலட்சம் பிரதிகள் விற்றுத் தீர்ந்தனவாம். மத்திய தரைக் கடலையொட்டிய துறைமுகப் பட்டினம் ஓரான் (அல்ஜீரியா). கடந்த நூற்றாண்டில், நாற்பதுகளில், ஏப்ரல் மாதத்தில் ஒருநாள் டாக்டர் ரியே என்பவர் செத்த எலியொன்றைக் கண்டெடுக்கிறார். தொகுப்புக் குடியிருப்பின் காவலரான மிஷெலும் கட்டிடத்தில் செத்த எலிகள் கிடப்பதைப் பார்க்கிறார். அவருக்கு இது விஷமத்தனங் கொண்ட மனிதர்கள் செய்த காரியம். அடுத்த சில நாட்களில் ஒரு நாள் செய்தி ஸ்தாபனமொன்றின் அறிக்கை ஓரிடத்தில் 6000 எலிகள் செத்துக் குவிந்திருந்ததைத் தெரிவிக்கிறது. எங்கும் பதட்டம் சூழ்கிறது. மக்கள் புலம்புகிறார்கள். நகர நிர்வாகத்தைக் குற்றம் சாட்டுகிறார்கள். அதிசயம்போல, செத்த எலிகளின் எண்ணிக்கை மளமளவென்று குறைகிறது. மக்கள் அனைவருக்கும் நிம்மதி. ஆனால் அச்சுறுத்தல் வேறுவடிவில் மீண்டும் நகருக்குள் நுழைகிறது. இம்முறை அங்கொன்று இங்கொன்றென ஆரம்பித்து வேகமாகப் பரவும் கொள்ளை நோய் நகரமக்களின் அமைதி வாழ்க்கையைக் குலைக்கிறது. இங்கே கதைசொல்லியாக டாக்டர் ரியே. கொள்ளை நோய் மன நோய்க்கு ஒப்பானதென்று ஆசிரியர் சொல்கிறார். அபத்தத்தின் மாற்று வடிவாக இங்கே கொள்ளைநோயைச் சந்திக்கிறோம். பல உயிர்ப்பலிகளை வாங்கிக்கொண்ட பின்பு கொள்ளை நோயினை கட்டுப்பாட்டுக்குள் கொண்டுவருகிறார்கள். தற்காலிகமாகக் கொள்ளை நோய் அடங்கிப்போனாலும் திரும்பவும் வரலாம் என்ற திகிலூட்டும் வரியுடன் கதை முடிகிறது. அபத்தங்களை வெல்வது கடினம், வெல்ல நேர்ந்தாலும் அவ்வெற்றிக்கான ஆயுள் குறுகியதென்பது கதைசொல்லும் பாடம்.

1951இல் 'புரட்சியாளன்' என்ற நூல் வெளிவந்தது. நிரந்தரமாக சார்த்ருவிடமிருந்து அல்பெர் கமுய் விலகக் காரணமான நூல். அல்பெர் கமுய்வின் ஐந்தாண்டுகால உழைப்பு. புத்தகம் வெளிவந்த உடனேயே இருத்தலியல் வாதிகள், மிகை எதார்த்தவாதிகள், பொதுவுடைமைவாதிகள், கிறிஸ்துவர்களில் ஒரு பகுதியினரென பலரையும் கலவரப்படுத்திய நூல். இடதுசாரிச் சிந்தனையாளரான கமுய் புரட்சியின் கட்டுப்பாடற்ற செயல்பாடுகளையும், கடுமையான வழிமுறைகளையும் கண்டிக்கிறார். புரட்சி சில வரையறைகளைக் கொண்டது மட்டுமல்ல, புரட்சியாளனால் அளவிடப்படக்கூடியதாகவும் இருக்க வேண்டுமென்பது அல்பெர் கமுய் இந்நூலில் முன்வைக்கும் சிந்தனை.

1956ஆம் ஆண்டில் வெளிவந்த 'வீழ்ச்சி' என்ற நாவல் மிக முக்கியமானதொரு நாவல். அல்பெர் கமுய் நாவல்களிலேயே 'வீழ்ச்சி' நாவலே முதன்மையானதென்று நம்புகின்ற கூட்டமொன்றுண்டு. 'அந்நியனையும்' 'கொள்ளை நோயையும்',

'கலிக்யுலா'வையும், 'புரட்சியாள'னையும் மட்டுமே வாசித்துள்ள எனக்கும் தற்போதைக்கு 'வீழ்ச்சி' முக்கியமான நாவல். 'அந்நிய'னைக் காட்டிலும் 'வீழ்ச்சி' நாவலை விரும்பி வாசித்தேன். இருப்பியல்வாதிகளைக் கேலிசெய்யும் வகையில் இந்நாவலுக்கு கமூய் 'அலறல்' *(Le Cri)* என முதலில் பெயர் வைத்திருக்கிறார். அதாவது சமூகத்திற்கும், இருப்பியல்வாதிகளுக்கும் எதிரான 'அலறல்' என்று பொருள்தரும் வகையில். கடைசியில் 'வீழ்ச்சி' என்ற பெயரிலேயே வெளிவந்தது. 'கொள்ளை நோய்க்கு' இணையாக விற்பனையில் சாதனை படைத்த நாவல். ழூான்– பாப்திஸ்த் கிளமான்ஸ் கதை நாயகன். ஆறு அத்தியாயங்கள். 'வீழ்ச்சி' நாயகன் நிம்மதியின்றித் தவிப்பவர். விரக்தியின் உச்சத்தில் தள்ளாடுபவர். செய்த குற்றம், நீரில் மூழ்கிய பெண்ணொருத்தியின் அலறலுக்கு செவி சாய்க்காதது. அவள் நீரில் மூழ்கப் பார்த்திருந்து மனதைத் கல்லாக்கிக்கொண்டு ஒதுங்கி நடந்தது.

ஆம்ஸ்டர்டாம் நகரில் ஒரு மதுச்சாலையொன்றில், இவரைப் புரிந்துகொள்வதில் ஆர்வமற்ற, பதிலுரைக்காத மற்றொரு பிரெஞ்சுக்காரனிடமும், சிலவேளைகளில் தன்னையே முன்னிறுத்தியும் உரையாடுகிற ஒற்றைக்குரல் கடந்தகாலத்தை விவரிக்கிறது. ஐந்து நாட்கள் தொடர்ந்து இருவரும் சந்திக்கிறார்கள். கிளமான்ஸ் பாரீஸில் வழக்குரைஞனாக இருந்திருக்கிறார். சிக்கலற்ற வாழ்க்கை, நிறைய பெண்கள். அவரது கட்சிக்காரர்கள் திருடர்கள், விலைமாதுகளை வைத்துத் தொழில் புரிபவர்கள்: சந்தோஷத்தோடு கழிந்த நாட்கள். தமக்குக் கிடைத்த வாழ்க்கை குறித்து ஏராளமாகப் பெருமிதம். தமது வாழ்க்கையைப் பற்றியும் தம்மைப்பற்றியும் உயர்வான அபிப்ராயங்கள் அவருக்கு இருந்தன. தொடரும் அவரது ஒற்றைக்குரல் கொண்டு மரணம், சூதாட்டம், நீதிபதிகள், கடவுள், சாத்தான், பொய், புரட்டென்று மனதைச் சங்கடப்படுத்துகிற பிரச்சினைகளை வரிசையாய் அலசுகிறார். இலையுதிர்காலத்தில் ஒருநாள் மாலைவேளையில் பாலமொன்றில் (பாரீஸ்) யாரோ நகைப்பதுபோல இருந்தது. தம்மை யாரோ பரிகசிப்பதுபோல அதை உணர்ந்தார். முதலில் ஒருவித எரிச்சல். யோசித்ததில் வெளிச்சம் கிடைத்தது. அச்சிரிப்பு இவரது அகக் கண்ணைத் திறந்தது. அவருக்குள்ளிருந்த வேறொரு மனிதரை எழுப்பியிருந்தது. அகந்தை கரைந்த மனத்துடன் உலகைப் பார்க்கிறார். இப்புதிய மனம் இரண்டாண்டுகளுக்கு முன்பு நடந்த சம்பவத்தை அசைபோட உதவிற்று. மாலைவேளையில் ஒருநாள் இளம்பெண்ணொருத்தி சேன் நதியில் பாய்வதைக் காண்கிறார். குளிரினால் உறைந்துபோனவர்போல என்ன செய்வதென்று திகைத்து நிற்கிறார். அவளைக் காப்பாற்றவேண்டுமென இவருக்குத் தோன்றவில்லை. அவள் நீரில் மூழ்கியபோது எழுந்த அலறல்களை அலட்சியம் செய்தவராய் நடக்கிறார்.

குற்ற உணர்வில் தவிக்கும் கிளமான்ஸுக்கு தமது இரண்டகம் (duplicity) புரிகிறது. பிற மனிதர்களின் கரிசனையை எதிர்பார்க்கும் மனிதருக்குக் கிடைப்பதென்னவோ ஏமாற்றமும், பரிகாசமும்.

சிந்தனையை வடிவமைப்பதில் புனைகதை உத்தி பலனளிக்கிறதென நம்பும் அல்பெர் கமுய்க்கு பெருங்கதையாடல் மேல் தீராதக் காதலுண்டு. தமது கையேட்டில் (Carnets) 'உத்திகளற்ற நாவல்களே பெரும்பாலான மனிதர்களை ஈர்க்கின்றன' என்று தெரிவிக்கிற ஆசிரியர் தமது படைப்புகளில் சிக்கலான பல உத்திகளைக் கையாண்டிருக்கும் முரணை பலரும் சுட்டிக் காட்டுகிறார்கள். அந்நியன் எளிமையாகச் சொல்லப்பட்ட ஒரு நாவல் வடிவமெனில், 'வீழ்ச்சி' முதிர்ந்த ஞானத்தின் வெளிப்பாடு. 'முதல் மனிதனை' வாசித்தவர்கள் ஆலாபனை சுகத்தை அனுபவித்ததாக எழுதுகிறார்கள். ஒவ்வொரு படைப்பும் ஒவ்வொரு விதம், அல்பெர் கமுய்க்கு எல்லாக் கைவண்ணமும் சாத்தியமாகி இருக்கிறது.

அல்பெர் கமுய் எழுத்தாளரா? தத்துவவாதியா? அவருக்குத் தத்துவத்தைச் சொல்ல நாவலா? நாவலை மேம்படுத்தத் தத்துவமா? என்பதான கேள்விகள் 'அந்நியன்' வெளிவந்த காலத்திலேயே பிரெஞ்சு இலக்கியச் சூழலில் விவாதத்திற்கு எடுத்துக்கொள்ளப்பட்டிருக்கின்றன. அல்பெர் கமுய் நாவலாசிரிய ரில்லை என்கிறவர்கள் ஒன்று இரண்டு மூன்று நான்கென விரல்விட்டு எண்ணிப் பார்க்கிறார்கள். ப்ச் நான்கே நான்கா, அப்படியென்றால் நாவலாசிரியர் இல்லை என்பது அவர்கள் கணக்கு. 'நோபல் பரிசு திருடப்பட்டதில்லையே' என்று தமது கடந்தகால நண்பரைப் பரிகசித்த சார்த்ருவின் ஈவிரக்கமற்ற வார்த்தைகளையும் இங்கே நினைவுகூர்தல் வேண்டும். கமுய் நோபெல் பரிசு பெற்ற வயதிற்றான் பல எழுத்தாளர்கள் எழுத உட்காருகிறார்கள் என்கிறபோது எரிச்சல் வரத்தான் செய்யும். நோபெல் பரிசு பெற்ற குறுகியகாலத்தில் விபத்தில் மறைந்த மனிதர் எந்த உலகத்திலிருந்துகொண்டு எண்ணிக்கைக்காக எழுத முடியும். அவரேகூடத் தம்மைத் தத்துவவாதியென சொல்லிக்கொள்ள விழைந்ததில்லை என்று பார்த்தோம். கடந்த ஐம்பது ஆண்டுகளுக்கு மேலாக விற்பனையில் அவரது புனைவுகள் தொடர்ந்து சாதனை புரிந்துவருவதாக பிரெஞ்சு பதிப்பகங்களின் தகவல்கள் தெரிவிக்கின்றன. 'அந்நியன்' நாவலின் தொடக்க வரிகளை பெரும்பாலான வாசகர்கள் சட்டென்று நினைவுகூர்வதாக பிரெஞ்சு இலக்கிய இதழொன்று சொல்கிறது. அல்பெர் கமுய் நாவலாசிரியரா? தத்துவவாதியா? என்ற கேள்விக்குத் தேர்ந்த படைப்பிலக்கியக் கலைஞன் என்பது பொருத்தமான பதில்.

○

                     நாகரத்தினம் கிருஷ்ணா

கடித இலக்கியத்தின் பிதாமகன்
ஆந்தரே ழித்

கடிதப் பரிமாற்றங்கள் முக்கியம். உரையாடலைக்காட்டிலும், எழுத்துருவம் பெறுகிற சொற்களுக்கு வலிமை அதிகம். எழுத்தில் ஒன்றைச் சொல்கிறபோது, தார்மீகமாக அவ்வெழுத்துக்கு எழுதுகின்றவன் நேர்மையாக இருக்கவேண்டி யிருக்கிறது, உண்மையை பேசவேண்டிய நிர்ப்பந்தம் இருக்கிறது, அல்லது எழுதிய பொய்யை இதுதான் உண்மை என்று சாதிக்க வேண்டிய கட்டாயம் இருக்கிறது. வாசகன் அங்கே எஜமான், எழுதுகிறவன் அடிமை. எழுதப்பட்டது அடிமைசாசனம். இரட்டை நாக்கு இருக்கலாம், இரட்டை எழுத்தாணி இருக்க முடியாது. எழுத்தாளன் – எழுத்து – வாசகன் என்ற மூவர் கூட்டணியின் இயங்குதளம் இலக்கியமெனில், கடிதங்கள்கூட இலக்கியமாகின்றன. இங்கேயும், எழுதியது யார்? எழுதப்பட்டதென்ன – எப்படிச் சொல்லப்பட்டிருக்கிறது? யாருக்கு எழுதியது? என்ற கேள்விகளுக்குண்டான பதில்கள் முக்கியம். இலக்கியத்தின் வடிவமைப்புக்கு, பொய்களும் கற்பனைகளும் பிரதானமாக இருக்கிறபோது, கடிதமென்பது எழுதுபவனின் மனக்கண்ணாடியாக வாசகனோடு நெருங்கிய ஒட்டுதலைக் கொண்டதாக இருக்கிறது. இலக்கியங்களிற்கூடப் புனைவை உண்மையெனச் சாதிப்பவன் – எழுத்துரூடாக – வெற்றி பெறுகிறான். இன்றுள்ள தொழில் நுட்பங்கள் கடிதப் பரிமாற்றங்களை வெகுவாகக் குறைத்துவிட்டன. கைவலிக்க மனம் திறந்து உண்மைகளைப் பதிவு செய்யும் மடல்கள் இன்றில்லை. கடந்த காலத்தில்

நண்பருக்கு, மகளுக்கு, காதலிக்கு, அன்னைக்கு என ஒற்றை வாசகர் அல்லது வாசகியை மனதிற்கொண்டு எழுதப்பட்ட பல கடிதங்கள் இன்றைக்கு இலக்கிய மதிப்பீட்டினைப் பெற்று பிற வாசகர்களைப் பெறுவதற்கு அதிலுள்ள சத்தியங்கள் மட்டும் காரணமல்ல. ஆரம்பத்திற் கூறியதுபோன்று எழுதியது யார்? எழுதப்பட்டதென்ன? எப்படி சொல்லப்பட்டிருக்கிறது? யாருக்கு எழுதப்பட்டதென்கிற கேள்விகளுக்குண்டான பதில்களே காரணம்.

"நிழலில் ஒளியின்மையைத் தேடுவதுபோல தீயவற்றில் நல்லவை அல்லாதவற்றை தேடுபவர்கள் கலகக்காரர்கள்" என்ற ஆந்தரே ழித் 1947ஆம் ஆண்டு இலக்கியத்திற்கான நோபெல் பரிசுபெற்ற பிரெஞ்சு நாவலாசிரியர், சிந்தனையாளர். ழிதின் படைப்புவெளி நாவல்கள், தத்துவ விசாரங்கள், கட்டுரைகள், கற்பனை நாட்குறிப்புகள், கடித இலக்கியமென விரிவானதொரு எல்லைப்பரப்பினைக் கொண்டது. கடித இலக்கியத்தினூடாக தனிமனிதனைக் கட்டமைக்க அயர்வின்றி நீண்ட விவாதங்களை நடத்தியிருக்கிறார். இவரது வழிகாட்டுதலில் இலக்கிய அன்பர்கள் ஒரு சிலரால் தொடங்கி நடத்தப்பட்ட 1909 *La Nouvelle Revue Francaise (NRF)* ஒரு தீவிர இலக்கிய இதழ். ஜெர்மன் ஆதிக்கத்திலிருந்து பிரான்சு விடுதலை பெற்ற நேரத்தில் இவ்விதழுக்கு விதித்திருந்த தடையை, ஆந்தரே ழித் மரணத்திற்குப் பின்னர் அவருக்கு அஞ்சலி செலுத்தும் வகையில் விலக்கிக்கொண்டனர்; மீண்டும் வெளிவந்தது. ஓர் இலக்கிய இதழ் நூறாண்டுகாலம் மக்கள் ஆதரவினை பெற்று நிலைத்திருக்கமுடியுமென்பதற்கு *NRF* சாட்சியம்.

'இந்திய தேசத்தின் கீழைப் பண்பு என்னைப் பெரிதாக வசீகரிக்கவில்லை' என்றது மாத்திரமல்ல, 'இந்தியா என்ற சொல் எதிராளி என்ற மனநிலையிலேயே என்னை வைத்திருந்தது. அம்மந்திரச் சொல் பலருக்கும் கிளர்ச்சியூட்டியிருக்கலாம். ஆனால் என்னளவில் பெரிய தாக்கங்களை ஏற்படுத்தத் தவறிவிட்டது' என்பதான ஆந்தரே ழித்தின் மனப்பாங்கை பிரெஞ்சுப் படைப்பாளியான மால்ரோவும் தமது எழுத்தில் குறிப்பிட்டிருக்கிறார். இந்திய நாடும், ஆன்மீக சிந்தனையும் மேற்கத்திய கல்விமான்கள் பலரிடத்திலும் அளவற்ற காதலை தொடர்ந்து ஏற்படுத்தி வந்திருக்கிறது. கடந்த காலத்தில் துய்மால், ரொமென் ரொலான் என்றறிந்த பிரெஞ்சுப் படைப்பாளி களைப்போலவே இன்றைக்கு பஸ்க்கால் கிஞ்ஞார், கிளேஸியோ போன்ற பிரெஞ்சு எழுத்தாளர்களும் தங்கள் படைப்பியங்கு தளத்தில் அவ்வப்போது இந்திய தேசம், ஆன்மீகமென்று

நாகரத்தினம் கிருஷ்ணா

தேடி அலைவதுண்டு. ஆந்தரே ழித் அவர்களில் ஒருவரல்ல, "நான் தனித்தவன், பிறருடன் என்னை ஒப்பிடமுடியாது", என தம்மைச் சுய மதிப்பீடு செய்திருந்தது அதற்குக் காரணமாக இருக்கலாம். 'இந்தியாவின் கீழைத்தேச முகத்திற்கோ, புரிந்துணர முடியாத அதன் ஆன்மீக சிந்தனைகளுக்கோ' வசப்படாத அம்மனிதரை தாகூரின் இலக்கிய மொழி கவர்ந்தது. ஆந்தரே ழித் தேர்ந்த மொழிபெயர்ப்பாளர். ஜெர்மன், ஆங்கிலம், இத்தாலி ஆகிய மொழிகளை நன்கறிந்தவர். குறிப்பாக, ஆங்கிலத்திலும் ஜெர்மன் மொழியிலும் அவருக்குச் சிறந்த புலமை உண்டு. ஜெர்மன் மொழியினின்றும் ஆங்கிலத்திலிருந்தும் பல நூல்களை பிரெஞ்சு மொழிக்குக் கொண்டுபோயிருக்கிறார். 1913ஆம் ஆண்டு இலக்கியத்திற்கான நோபெல் பரிசு இரவீந்திர நாத் தாகூரின் கீதாஞ்சலிக்கு வழங்கப்பட்டிருந்த நேரம். மொழிபெயர்ப்புப் பணியும் இன்றியமையாத இலக்கியப்பணியென நம்பும் ஆந்தரே அந்நேரத்தில் ஆங்கிலத்திலிருந்து பல முக்கியப் படைப்புகளின் மொழிபெயர்ப்பில் ஆர்வத்துடன் ஈடுபட்டிருந்தார். தாகூரின் கவிதைகளை 'இந்திய தேசத்துக்கேயுரிய புராண இதிகாச சிந்தனைகளிலிருந்து விடுவித்துக்கொண்டதும் மந்திரச் சொற்களால் வடிக்கப்பட்டதுமான கவிதைகள்', என கருதிய ழித் 'கீதாஞ்சலி'யின் கண்ணோட்டத்தில் பார்த்த இந்தியா வேறு. கீதாஞ்சலியை மாத்திரமல்ல கீதாஞ்சலியை எழுதிய கவிஞரையும் 1921ஆம் ஆண்டு பிரான்சுக்கு அழைத்து, இலக்கியச் சந்திப்பொன்றிற்கு ஏற்பாடும் செய்தார். நேருவின் மகளும் ஆந்தரே ஜித்தின் மகளும் சுவிஸ் நாட்டில் இருந்தபொழுது நெருங்கிய சினேகிதிகளாக இருந்திருக்கிறார்கள். அவ்வகையில், நேரு இந்தியாவின் பிரதமராகப் பதவியேற்ற பின்பு, ழித் அவரைச் சந்தித்திருக்கிறார்.

ஆந்தரே ழித்தின் எழுத்துக்கள் வரம்பற்ற சுதந்திரத்தை ஆதரித்தவை, ஆதிக்கத்தின் எத்தகைய வடிவத்தையும் முற்றாக நிராகரித்தவை. மரபு, அறநெறிகள் என்ற விலங்குகள் சிரத்தையின்றி போகிறபோக்கிலே உடைத்தெறியப்படுகின்றன. "நமக்கென வாய்த்தவையும், நமதென வரித்துக்கொண்டவையும், பிறர் எவரிடத்தும் காணக்கிடைக்காத'தென்று மனிதப் பண்பினை தனிமைப்படுத்துகிறார். 'உன்னைக் காட்டிலும் ஒன்றை பிறரால் சிறப்பாகச் செய்யவியலுமெனில் அந்த ஒன்றை நீ செய்யாமலிருப்பது மேல்', என்று அவர் கூறும் யோசனை, மனிதர்களின் அத்தனை செயல்பாடுகளுக்கும் பொருந்தும். தமது சிந்தனையை 'தனி மனிதனின் விசித்திரமான குணம் (Idiosyncrasy)' என வகைமைக்குள் அடக்குகிறார்: அவரது சிந்தனை உலகில் ஐரோப்பா ஒரு பக்கம், ஆப்ரிக்கா மறுபக்கம்;

அல்ஜீரியா இடப்பக்கமெனில் சுவிஸ் நாடு வலப்பக்கம். பிஸ்காரா (அல்ஜீரியா)வைப் பேசுகிற ழித், பெரேவின் (சுவிஸ்) குறித்தும் எழுதுகிறார். ஊசியிலை மரங்களைக் கொண்டாடுகிறபோதும், பேரீச்சை மரங்களை சிலாகிக்கத் தவறுவதில்லை. மரபுகளைத் தளர்த்திக்கொள்ளாமை, நெறிமுறைகளில் பிடிவாதம், சமூகப் பண்புகளிடத்தில் மரியாதை என்ற கருத்தியல்களால் உருப் பெற்றிருந்த ழித் பின்னாட்களில் உரையாடல், விவாதம், எதிர்வினை, முரண்பாடுகளென்று கலகக் குரலுடன் திரிந்தவர். நண்பர்களைக்கூட எதிரணியில் நிறுத்தி விவாதிப்பதில் ஆர்வம்; விவாதத்திற்குத் துணை வேண்டியதில்லை. நண்பர்களை அருகில் அமர்த்தி விவாதத்தைத் துவங்கும் வழக்கமுமில்லை. "சர்ச்சை, சண்டைபிடித்தல், மனம் நெகிழ்தல், தொடர்ந்து விவாதத்துக்குரிய பொருளுக்கு வளம் சேர்த்தலென்பது எழுத்தாளருக்கு நோக்கமாக இருந்திருக்கின்றன என்கிறார், வலேரி (ழித்துக்கு வலேரி எழுதிய கடிதம் – 28 ஜூன் 1906).

ழித்தின் பரம ரசிகரும், பேராசிரியருமான குளோது மர்த்தான் என்பவரின் கடுமையான உழைப்பில் ஆந்த்ரே ழித்தின் கடிதங்கள் தொகுக்கப்பட்டிருக்கின்றன. சொந்தங்கள், நண்பர்கள், பிறருடன் ழித் உரையாட கடித மொழியும், அதன் வடிவும் பெரிதும் துணைபுரிந்திருக்கின்றன. பத்து வயதில் பெற்றோர்களுக்கு ழித் எழுதியதுதான் அவருடைய முதல் கடிதம். விவாதத்தின்போதே எதிராளியாக தாழும், தம்மிடத்தை எதிராளிக்கும் அளித்து விவாதத்தை புனரமைக்கும் திறனும் அவருக்கு கைவந்திருக்கிறது. 'அவன் என்று குறிப்பிடுகிறேன், ஆனால் அந்த அவன் வேறுயாருமல்ல; நானே' என்று கூறி வியப்பில் ஆழ்த்துகிறார். ஒரு கட்டத்தில் 'எனது எழுத்துக்களில் நான் 'X' என்று குறிப்பிடும் முகம்தெரியாத நபர் நீங்கள் நினைப்பதுபோல வேறுயாரோ அல்ல; அதுவும் நானே' என்ற ரகசியத்தையும் ஒளிக்காமல் கூறுகிறார். கடிதப் பரிமாற்றங்கள் அவரது *Journal* என்கிற அகவயதுப் பதிவுகளைக் காட்டினும் தீட்சண்யமிக்கவை. கடிதமொழிகளூடாக நாம் சந்திக்கிற ழித் தம்மை தாமாவாகவே காட்டிக்கொள்கிறார்: எளிமை, பொய்முகமின்மை, இயல்பாய் வெளிப்படும் உரையாடல், செப்பனிடப்படாத தரிசனம், கபடமற்ற குரல் என அவற்றைப் பதிவு செய்யலாம். பொதுவாகவே ஆந்த்ரே ழித்தின் படைப்புகள் அவரது சொந்த வாழ்க்கையின் உண்மைப் பதிவுகள். ழித்துடன் கடிதப் பரிமாற்றங்கள் செய்துகொள்பவர்களுள் அவ்வப்போது தலைகாட்டும் புதுமனிதர்களைத் தவிர, *Happy Few* என்கிற வட்டத்தைச் சேர்ந்த, அவருக்கு நெருங்கிய நண்பர்களுமுண்டு. ழித்-ஜேம்ஸ்; ழித்-குளோதல்; ழித்-புரூஸ்ட்; ழித்-வலேரி; ழித்–

மர்த்தென் துய்க்கார்; ழித்–மொரியாக்... என பட்டியலை கைவலிக்க எழுதிக்கொண்டிருக்கலாம். ஆந்த்ரே ழித்தின் படைப்புகளை, குறிப்பாக அவரது கடித பரிமாற்றங்களை வாசிக்கிற எவரும் தம்முள் பலராக அவர் வாழ்ந்துள்ளமையை உணரக்கூடும். ஒன்றிரண்டல்ல, இரண்டாயிரம் நபர்களுக்கு 25000 கடிதங்கள் அவர் எழுதியிருக்கிறாரென குளோது மர்த்தென் கணக்கு வைத்திருக்கிறார். பிறருக்கு எழுதுவதும், பிறரோடு உரையாடுவதும், பிறருடன் விவாதிப்பதும் தம்மை மதிப்பீடு செய்ய உதவியதாக ழித் நம்புகிறார். ஆந்தரே ழித்தின் கடிதப் பரிமாற்றங்களுள் ழித்திற்கும் – போல் வலேரிக்குமான கடிதப்போக்குவரத்துகள் குறிப்பிட வேண்டியவை. *Correspondance-Gide-Valery* என்ற பெயரில் பல பதிப்புகளைக் கண்டுள்ள இந்நூல் உலக இலக்கியங்களுக்கு பிரெஞ்சு படைப்புலகம் வழங்கியுள்ள கொடை என்கிறவர்கள் உண்டு. இந்நூலில் ழித்தும் – கவிஞர் போல் வலேரியும் 1890க்கும் 1942க்கும் இடையில் எழுதிக்கொண்ட கடிதங்கள் உள்ளனவென்கிறார்கள். இருவருமே சமகாலத்தவர், சிந்தனைக்கு இலக்கியவடிவம் கொடுப்பதில் தேர்ந்தவர்கள். முதற்பதிப்பின்போது 500 கடிதங்கள் கிடைத்தனவென்றும் மறு பதிப்பின்போது நூறு கடிதங்கள் கூடுதலாகக் கிடைத்து, பதிப்பித்திருப்பதாகவும் சொல்லப்படுகிறது.

ஆந்தரே ழித்தின் படைப்புகளில் சுயசரிதை வடிவில் எழுதப்பட்ட புனைவுகளும் முக்கியமானவை. இப்புனைவுகளை வாசிக்கிறபோது எதிர்கால இலக்கிய உலகில் நிகழவிருக்கும் மாற்றங்களுக்கு பிரெஞ்சு வாசகர்களைத் தயார்ப்படுத்தும் அக்கறையை எழுத்தாளரிடத்திற் காண்கிறோம். கற்பனாவாத இலக்கியத்திற்கும், சுயகதை இலக்கியத்திற்கும் உரிய 'தான்', 'தனது' சொற்களின் பல வடிவங்கள் அவர் படைப்பில் நமக்கு அறிமுகமாகின்றன. எனினும் முழுமையாகத் தம்மை கற்பனாவாதத்திடம் ழித் ஒப்படைப்பதில்லை. அதனிடம் (கற்பனாவாதத்திடம்) கையளிக்காமலேயே பிறர் தம்மை எளிதில் அடையாளப்படுத்துவதற்கு உதவும் தந்திரமாக சுயகதைப் புனைவு வடிவத்தை இலக்கியத்திற்கு அவர் தேர்வுசெய்திருக்கவேண்டுமென கருத வேண்டியுள்ளது. அவரது தந்திரங்களையும் சந்தேகிக்கவே செய்கிறோம். அவ்வாறான மனநிலையை வாசகர்களிடத்திலும் விமர்சகர்களிடத்திலும் ஏற்படுத்தும் சூட்சுமத்திலேயே அவரது திறன் அடங்கியுள்ளதென வியப்பவர்களுமுண்டு. தமது அந்தரங்க நகர்வுகளை, அசைவுகளை, மெல்லிய சலனங்களை எழுதுவதன் முதல் நோக்கம், தனக்குள் இருக்கும் வாசகன். தம்மிடமுள்ள 'தான்' மட்டுமல்ல அடுத்துள்ள பிறரிடத்திலும் தமது அந்தரங்கம் பகிர்ந்துகொள்ளப்பட மேண்டுமென்பது

அவரது உப நோக்கம். வாசகர்களான நாம் படிக்கிறபோது நமது மனநிலையை அவரும் வாசிக்கிறார். ழித்தின் சுயபுனைவு அணுக்கத்தை மூவகையாகப் பிரிக்கலாம். தம்மை நிழலினின்று வெளிச்சத்திற்குக் கொண்டுவருவதென்பது முதற்படி. ஒளித் திட்டுக்குள் நிறுத்திவைக்கப்பட்ட தனக்கு, தானே ஈவிரக்கமற்றுத் தீர்ப்பு வழங்குவதென்பது இரண்டாம் படி. தாம் வழங்கிய தீர்ப்பிற்கு வாசகனிடம் மேல் முறையீடு செய்வதும் நீதிகேட்பதும் மூன்றாம் படி. அவரிடம் தண்டனைக்குள்ளாகிற தனிமனிதன் நமக்குள்ளும் இருக்கிறான் என்கிறபோது தண்டனைக்குரியவன் நீதிபதியா குற்றவாளியா என்ற கேள்விகளைத் தவிர்க்க முடிவ தில்லை. ஆந்தரே ழித்தின் சுய சரிதைகளை வாசிக்கிறபோது எதிர்காலத்தை நிகழ்காலமாகப் பாவித்துக்கொண்டு பாம்புபோல ஆரவாரமின்றி சருகுகள், புதர்கள், முட்செடிகள், ஈரமணல், சரளைக்கற்களென்று ஊர்ந்து செல்லும் அனுபவம் நமக்கு வாய்க்கிறது. சுயசரிதைப் புனைவுகள் வரிசையில் மூன்று நூல்கள் *Paludes, If it Die, The Counterfeiters* ஆங்கில மொழியாக்கத்தில் கிடைக்கின்றன. நவீன இலக்கியத்தில் ஆர்வமுள்ளவர்கள் கட்டாயம் படிக்கவேண்டியவை இவை.

நாவல்கள், கட்டுரைகள், புனைவுகள், பயணக்கட்டுரைகள், காத்திரமான விமர்சனங்களென்று அவரது படைப்புகளின் எண்ணிக்கை நூற்றுக்குக் குறையாமல் இருக்கின்றன. குடும்ப வாழ்க்கை சொல்லிக்கொள்ளும்படி இல்லை. ஆந்தரே ழித் தன்னினப்புணர்ச்சியில் ஆர்வங்கொண்டவர். இதை சுயபுனைவு களில் சொல்லவும் தவறியதில்லை.

○

'தேசத்தினை முன்னெடுப்பது தனிமனித சுதந்திரம்'

டுயோங் தூ யோங்

டுயோங் தூ யோங் (*Duong Thu Huong*) வியட்நாமைச் சேர்ந்த பெண் எழுத்தாளர், இலக்கிய விமர்சகர். சிறந்தொரு நாவலாசிரியை, தீவிரமாக சோஷலிஸம் பேசிய முன்னாள் தோழர். தேசியத்தில் நம்பிக்கை வைத்து மேற்கத்திய ஆதிக்கத்திற்கு எதிராக ஆயுதமேந்தியவர். வியட்நாம் நாட்டின் இலக்கிய மறுமலர்ச்சிக்கு வித்திட்ட பிதாமகள். பின்னாளில் உள்நாட்டு மார்க்ஸியத் தோழர்களின் பிரபுத்துவ வாழ்க்கை இவரை சிந்திக்கவைத்தது மாத்திரமல்ல, பொதுவுடமையின்பேரில் மக்களை அடிமைகளாக நடத்திய அம்மார்க்ஸிய முதலாளிகளின் போக்கு எரிச்சல் கொள்ளவும் செய்தது. அவரது குடும்ப வாழ்க்கை சிறப்பித்துச் சொல்லும்படியில்லை. துப்பாக்கியைக் காட்டி அச்சுறுத்தி மணம் செய்துகொண்டவனோடு நடத்திய இல்லறவாழ்க்கை நரகம் என்று சொல்லப்படுகிறது. இரண்டு குழந்தைகளுக்குத் தாயான பிறகு கணவரிடமிருந்து மணவிலக்குப் பெற்றிருக்கிறார். உள்நாட்டுப் போரின்போது 30பேர் கொண்ட கலைக்குழுவொன்றை உருவாக்கி, போர்முனைக்குச் சென்று வீரர்களை உற்சாகப்படுத்தியிருக்கிறார். 'வேட்டுச் சத்தத்தினும் பார்க்க எங்கள் பாட்டுக்குரல் உரத்து ஒலித்தன' என்ற பெருமிதம் அவருக்குண்டு. 'எனக்கு அப்போதெல்லாம் நன்றாகப் பாடவரும், அதுபோலவே அபாயமான காரியங்களில் ஈடுபடுத்திக்

கொள்ளும் துணிச்சலும் அதிகம்' என்கிறார். 1973ஆம் ஆண்டு அமெரிக்கத் துருப்புகள் வடவியட்நாமிடம் நடத்திய யுத்தத்தில் தோல்வியுற்று விலகிக்கொண்ட பிறகு நடந்த இரண்டாண்டுகால சகோதர யுத்தத்தின் இறுதியில் தென்–வியட்நாம் வட–வியட்நாம் நிர்வாகத்தின்கீழ் வருகிறது. த்யூயோங்கைப் பொறுத்தவரை வட–வியட்நாம் ஆதிக்கத்தின் கீழ்வராத தென்–வியட்நாம் மக்களின் வாழ்க்கை நன்றாகவே இருந்தது. 1979ஆம் ஆண்டு கம்யூனிஸக் கட்சியுடன் இணைத்துக்கொள்ள அறிவுறுத்தி அழைப்பு வர, அந்நாட்களில் வியட்நாமியர்களின் பொதுவான மனநிலைக்கிணங்க, விருப்பமில்லாமலேயே கட்சியில் உறுப்பினராானார்.

'காட்சித் திரிபுகளைக் கடந்து' (Beyond Illusions) என்ற முதல் நாவல் 1987இல் வெளிவந்தது. தொடக்க நாவலே நாட்டின் முதன்மையான நாவலாசிரியர்களில் அவரும் ஒருவரென்ற அங்கீகாரத்தை வழங்கியது என்கிறார்கள். ஒரு இலட்சம் பிரதிகள் விற்றனவாம், பிரெஞ்சு மொழிபெயர்ப்பின் பின்அட்டையில் எழுதியிருக்கிறது. வியட்நாம் போன்றதொரு சிறிய நாட்டில் அதற்குச் சாத்தியமுண்டா என்று தெரியவில்லை. போரினால் மக்களுக்கு ஏற்பட்ட இன்னல்கள் நாவலில் விரிவாகப் பேசபடுகின்றன. கம்யூனிஸத் தலைவர்களின் அதிகார அத்துமீறல்களை கடுமையாக நாவலில் விமர்சனம் செய்திருந்தார். 1988ஆம் ஆண்டு வெளிவந்த குருட்டு சொர்க்கம் (Paradise of the Blind), மற்றொரு நல்ல நாவலென்ற கருத்து நிலவுகிறது. விற்பனை அளவிலும் சாதனை புரிந்திருக்கிறது. இம்முறையும் ஆள்பவர்களும், ஆட்சிமுறையும் விமர்சனத்திற்கு உள்ளாக்கப்பட்டிருக்கிறார்கள். ஆட்சியாளர்கள் எழுத்தாளர் கையைக் கட்டிப்போட பேரம் பேசுகிறார்கள், அரசாங்கத் தரப்பில் ஒரு பெரிய வீடொன்றை தங்கத் தாம்பாளத்தில் வைத்துப் பரிசாகத் தர தயார் என்கிறார்கள். எழுத்தாளர் மறுக்கிறார். மறுப்பதோடு, வாய்ப்பு கிடைத்தபோதெல்லாம் ஆட்சி யாளர்களைக் கண்டிக்கிறார். ஒருகட்சி ஆட்சிமுறையை ஒழித்து, ஜனநாயகத்தை நிலைநாட்டுவதற்கு அரசு முன் வரவேண்டுமென வற்புறுத்துகிறார். எனவே 1989ஆம் ஆண்டு கட்சியிலிருந்து வெளியேற்றப்பட்டார். மறு ஆண்டு வியட்நாமிய எழுத்தாளர் அமைப்பிலிருந்தும் அவரை நீக்குகிறார்கள். 1991ஆம் ஆண்டு எட்டுமாதங்கள் சிறைவாசம். அவரது நூல்கள் அனைத்தும் உள் நாட்டில் தடைசெய்யப்படுகின்றன. வெகுகாலம் வியட்நாமில் வீட்டுக் காவலிலிருந்த எழுத்தாளர் விடுதலைக்குப் பிறகு 2006ஆம் ஆண்டிலிருந்து பிரான்சு நாட்டில் வசித்துவருகிறார். பிரெஞ்சு மொழியை அறிந்தவரென்ற போதிலும் வியட்நாமிய மொழியில்

          நாகரத்தினம் கிருஷ்ணா

எழுதப்பட்டு பின்னர் பிரெஞ்சிலும் ஆங்கிலத்திலும் அவரது படைப்புகள் மொழிபெயர்ப்பு செய்யப்படுவது வழக்கமாக இருந்துவருகிறது.

டுயோங் தூ யோங் எழுத்தில் அண்மையில் வெளிவந்துள்ள நாவல் 'Au Zé nith'.[1] புரிதலுக்காக 'உச்சம்' அல்லது 'சிகரம்' என்று மொழிபெயர்க்கலாம். பொதுவாக சிகரத்தைத் தொட்டவர்களுக்கு இறங்கிவரப்போதாது, பெரும்பான்மையோருக்கு விபத்தென்பது தீர்மானிக்கப்பட்டது, அவர்கள் நிலை தடுமாறி விழுகிறபோது பரிதாபமான முடிவையே சந்திக்கின்றனர். உள்ளன்போடு நேசிக்கிறவர்களின் அழுகுரலைக் கேட்கக்கூட வாய்ப்பின்றி, தனித்துப் போகின்றனர் என்பது வரலாறு தரும் உண்மை. 'பூமி அனைத்தும் எனது காலடியில்; வானம் எனது வெண்கொற்றக்குடை; தீயும், காற்றும் நீரும்கூட என்னைக் கேட்டே செயல்பட வேண்டு'மென நினைத்த அசுரர்களுக்கு நேர்ந்த முடிவுகளும் நமக்கு இதைத்தான் கூறின. 'Au Zé nith' என்ற பெருங்கதையாடலைக் கொண்டு பெரியதொரு இலக்கியப் போரையே படைப்புக் களத்தில் நடத்தி முடித்திருக்கிறார் ஆசிரியர்.

இம்முறை வியட்நாமியர்களின் தந்தையெனப் போற்றப்படும் அதிபரின் பிம்பம் ஆட்டம் காண்கிறது. வியட்நாம் தேசத்தந்தை அதிபர் ஹோசிமின் குறித்து வெளியுலகு அறிந்திராத தகவல் களையும், இரகசியங்களையும் கருப்பொருட்களாகக் கொண்டு புனைவு நீள்கிறது. இழப்புகளை எண்ணி அழும் அந்திமக்காலம் அதிபர் ஹோசிமினுக்குச் சொந்தமானதென்பதைச் சொல்லுகிற புனைவு. நாவலில் ஹோசிமின் என்ற பெயர் சாதுர்யமாகத் தவிர்க்கப் பட்டிருந்தபோதிலும் அதிபர் என்ற சொல்லுக்குள்ளே ஹோசிமின் ஒளிந்திருப்பதை வெகு சுலபமாகவே கண்டுபிடித்துவிடுகிறோம். தூரதேசங்களிலிருக்கும் நம்மைப் போன்றவர்களுக்கும், உள்ளூர் அப்பாவிகளுக்கும் ஹோசிமின் என்ற சொல் தரும் புரிதல் என்ன? உத்தமர், பெண்களை ஏறெடுத்தும் பாராதவர், உடல் பொருள் ஆவி அவ்வளவையும் வியட்நாமுக்கு அளித்து தமது சொந்த வாழ்வைத் தியாகம் செய்தவர் போன்ற புகழுரைகள்— சர்வாதிகாரிகள் அனைவருக்குமே பூணப்படும் கவசமென்று நாமும் அறிவோம். ஆனால் அவர்களது அந்தரங்கம் புனித நீரல்ல, மாசு படிந்தது; துர்நாற்றம் கொண்டது. அதிபராக அவதாரமெடுப்பவன் கட்சிக்கும் நாட்டுக்கும் அன்றி வேறு பயன்பாடுகளற்றவன் என்பதை அவன் தீர்மானிப்பதல்ல, அவன்

---

1.   'Au Zé nith' - Duong Thu Huong translated from Vietnamese Phuong Dang Tran-Sabine Wespieser Editeur, Paris

அவனுக்காகவே வடிவமைக்கிற அதிகாரமையம் தீர்மானிக்கிறது; அவர்கள் உடற் தினவுகள் கூடாது; காமம், காதல், பெண்கள் விலக்கப்பட்டது, விலக்கப்பட்டவர்கள் என்ற சர்வாதிகார ஓர்மத்திற்கு வலு சேர்க்கிறவகையில் தங்கள் தேச நாயகனை சுத்திகரிக்க நினைக்கிறார்கள். விளைவு, அதிபரின் பெண்துணை அழிக்கப்படுகிறது. தடயமின்றிக் கரைந்துபோகிறாள். சுவான் என்ற ஒருத்தி, அதிபரைக் காதலித்தாளென்ற ஒரே காரணத்திற்காக, அவருடன் படுக்கையைப் பகிர்ந்து ஒரு மகனுக்கும் மகளுக்கும் தாயானவள் என்ற குற்றத்திற்காக, தண்டிக்கப்படுகிறாள். மகன், மகள், மனைவி என்ற உறவுகளை சராசரி மனிதன் விரும்பலாம், குடும்ப வாழ்க்கை ஊர் பேரற்ற மனிதர்களுக்கு அவசியமாகலாம்; ஆனால் நாட்டின் அதிபருக்கு, தேசத்தின் நலனையே மூச்சாகக் கொண்ட மனிதருக்கு அம்மனிதரே விரும்பினாலுங்கூட சர்வாதிகாரக் கவசம் அதை அனுமதிக்காதென்பது நாவல் வைக்கும் உண்மை. விசுவாசிகளென்று சொல்லிக்கொள்ளும் ஒரு கூட்டம் இளம்பெண் சுவானை (Xuan) கொலைசெய்து தெருவில் வீசிவிட்டுப்போகிறது. அவளுடன் பாலியல் வல்லுறவு கொள்பவன் உள்துறை அமைச்சராக இருப்பவன். பெண் செய்த குற்றம் அதிபரைக் காதலித்தது அல்ல; மாறாக சட்டபூர்வமாக அது அங்கீகரிக்கப்பட வேண்டும் என்று விண்ணப்பித்தது. அவள் கொலை வாகன விபத்தென்று அறிவிக்கப்படுகிறது. பெண்ணுக்கும் அதிபருக்குமான உறவினை தொடக்கமுதல் அறிந்திருந்த அவளது ஒன்றுவிட்ட சகோதரியும் பின்னர் கொலை செய்யப்படுகிறாள், எதேச்சையாக இப்பெண்மூலம் அவளது காதலன் அறிந்திருந்த – ஆட்சியாளர்களால் மறைக்கப்பட்ட உண்மை வெகுகாலத்திற்குப் பிறகு வெளி உலகுக்குத் தெரியவருகிறது. பொதுவாக சோஷலிஸ நாடுகளில் தனிமனிதன் அவனது இருப்பு, மகிழ்ச்சி, உறவு முதலான காரணிகளிலிருந்து அந்நியப்படுத்தப்படுகிறான். "காம்ரேட், உண்மையான Bolchevique′ற்கு குடும்பம் எதற்கென" கேட்ட ஸ்டாலினை இங்கே நினைவுகூர்தல் வேண்டும். ஸ்டாலின் மனைவி தற்கொலை செய்துகொண்டதும், அதை இயல்பான மரணமென்று வெளி உலகிற்கு அறிவித்ததும், மகன் போதைப் பொருளுக்கு அடிமையானதும், இரண்டாம் உலகப்போரின்போது அவனுக்கேற்பட்ட சோகமான முடிவும் மறக்கக்கூடியதல்ல. 'பெரிய அண்ணன்கள்' அநேகரின் வாழ்க்கை வரலாறுகள், நமக்கு வாசிப்பு அலுப்பினை ஏற்படுத்துவதற்கு அவற்றின் ஊடுபாவாக ஒளிந்துள்ள இதுமாதிரியான ஒற்றுமை நிகழ்வுகளே காரணம். உலக வரலாற்றில் மாவீரர்களாக சித்திரிக்கப்பட்ட சர்வாதிகாரிகள் அனைவருக்குமே சொந்த வாழ்க்கை ஒளிமயமானதல்ல, அது இருண்ட குகைக்குச் சொந்தமானது. உடலும் மனமும் சோர

                                           நாகரத்தினம் கிருஷ்ணா

தங்கள் இறுதி நாட்களை கடந்தகாலமாக உருமாற்றம் செய்து வேதனைகளோடு அவர்கள் மடிந்திருக்கிறார்கள்.

பொதுவுடமை சித்தாந்தம் – காலங்காலமாய் போற்றப்படும் மரபுகள் என்ற இரு கைகளுக்குள்ளும் சிக்குண்டு எவ்வாறு ஒரு தனிமனிதனின் வாழ்க்கை அலைகழிக்கப்படுகிறது என்பதே புனைவு மையப்படுத்தும் பொருள். தூ யோங்குடைய முந்தைய நாவல்களும் தனிமனிதனை தேசாந்திரம் செய்யும் சோஷலிச அரசியலை விமர்சித்திருக்கின்றன என்றாலும் இந்நாவலில் வரம்பற்ற அதிகாரத்தின் முடிவாக இருக்கும் ஒருவனே, தனிமனித தீண்டாமைக் கோட்பாட்டின் விளைவாக எவ்வாறு பாதிக்கப்படுகிறான் என்பது நாவல் தரும் விளக்கம். தங்கள் வாழ்நாளில் அதிகாரத்தின் உச்சியிலிருந்துகொண்டு ஆடிய மூர்க்க தாண்டவமனைத்தும், பதவி மோகத்தில் காயப்படுத்தப்பட்ட தனிமனித உணர்வுகளுக்காகத் தேடிக்கொண்ட களிம்பென்று விளங்கிக்கொள்ள வேண்டும். த்யுயோங் நமக்கு அறிமுகப்படுத்துகிற ஹோசிமினைக் கண்டு பரிதாபப்பட வேண்டியிருக்கிறது. தேசத்தந்தையென கோடானுகோடி வியட்நாமியர்கள் புகழ் பாடிய நேற்றைய ஹோசிமின் அல்ல இவர், விரக்தியின் உச்சத்தில், இரையின்றி மெலிந்துபோன நோஞ்சான் கழுகு. வாழ்க்கையின் கடைசிக்கட்டத்தில் அனைத்துவகையிலும் தனிமைப்படுத்தப்பட்டுக் கிடக்கும் முதியவர்.

ஆசிரியர் நாவலின் தொடக்கத்திலேயே வாசகர்களைக் கனிவாய் எச்சரிக்கிறார். கற்பனையை மட்டுமே முழுமையாக நம்பி ஒரு நாவலைப் படைப்பதற்கான ஆற்றல் அவருக்கில்லையாம். 'நான் எழுதுகிற புனைவுகள் அனைத்தும் உண்மைகளின் அடிப்படையில் எழுதப்பட்டவை என்பது ஆசிரியர் தரும் வாக்குமூலம். நாவலின் தொடக்கத்தில் 'அப்பா!... அப்பா!...' என்றொரு அலறல். மலை அடிவாரத்திலிருந்து புறப்பட்ட இளஞ் சிறுவனின் அபயக்குரல் மலைகளெங்கும் எதிரொலிக்கிறது; மரங்கள் அதிர்ச்சியில் அசைந்துகொடுக்கின்றன, நிசப்தமான வெளியில் அதிர்வலைகளை ஏற்படுத்திவிட்டு அடங்குகின்றன. ஒருகணம் தம்மை மறந்த அதிபர் சுய நினைவுக்குத் திரும்புகிறார். 'இல்லை, அவன் குரலில்லை;' இக்குரலுக்குடையவன் வேறு யாரோ', தம்மைத்தாமே சமாதானம் செய்துகொள்கிறார்.. எனினும் அக்குரல் வெகுநாட்களாய் நெஞ்சுக்குள் கனிந்துகொண்டிருந்த சோகத்தை விசிறிவிட, பற்றிக்கொள்கிறது – அவர் மீள்வாசிப்பு செய்யும் கடந்தகாலத்திற்குள் பிரவேசிக்கிறோம். தொடர்ந்து பையனின் அழுகுரல். பையனின் தகப்பன் ஒருவேளை இறந்திருக்கக்கூடும், பாவம், இனி அவனொரு அனாதைச்

சிறுவன். சட்டென்று அதிபர் மனதில் ஒரு கேள்வி, 'நான் இறப்பதாய் வைத்துக்கொள்வோம், என் மகனும் இந்தப்பையனை போலத்தான் அழுவானோ?' (பக்கம் – 23)

இளமைக்கால பாரீஸ் வாழ்க்கை, கடந்த காலக் காதல் ஆகியவற்றை எண்ணி எண்ணி ஆற்றொணாத துயரத்தில் மூழ்கும் அதிபரின் கதைக்கு இணைகதைகளாக மூன்று கதைகள் வாசிக்கக் கிடைக்கின்றன. முதலாவதுகதை 'வூ' என்பவர் குறித்தது. வூ, அதிபரின் நம்பிக்கைக்கு உரியவர்மட்டுமல்ல அவருக்கு நெருக்கமான நண்பருங்கூட. ஹோசிமின் மகனை ரகசியமாக வளர்கின்ற பொறுப்பை ஏற்றிருப்பவர். பிறகு அவரது மனைவியாக 'வான்' என்பவளைப் பார்க்கிறோம். கடந்த காலத்தில் உழைக்கும் வர்க்கத்தில் ஒருத்தி, தீவிரமாக பொதுவுடமைக் கொள்கைக்கு வக்காலத்து வாங்கியவள். செம்படையில் சேர்ந்து எதிரிகளை விரட்டியவள். காலம் மாறுகிறது. இன்றைக்கு பொறுப்பான அதிகாரி. அதிகாரமும் பதவிதரும் சுகமும் அவள் குணத்தை முற்றாக மாற்றி அமைக்கிறது. நாட்டின் விடுதலைக்குப் பிறகு சுகவாசியான அதிகார வர்க்கத்துள் அவளும் ஒருத்தி என்று சுருக்கமாக முத்திரை குத்திவிட்டு நாம் மேலே நகரலாம். ஊழலும் தன்னலமும் கொண்ட ஆட்சியாளர்களுக்கு அவள் உதாரணம். இரண்டாவது கதைக்குச் சொந்தக்காரன் செல்வாக்கான ஒரு கிராமத்துவாசி. ஹோசிமின் போல அல்லாது உறவும், கிராமமக்களும் விமர்சித்தபோதும், மகன்களும் முதல் மனைவியின் சகோதரர்களும் எதிர்த்தபோதும் தமது இருப்பிற்கும், சொந்த உணர்ச்சிகளுக்கும் செவிசாய்த்து, முதல் மனைவியின் இறப்பிற்குப் பிறகு எதிர்பாராமல் சந்திக்க நேர்ந்த கூலிப்பெண்ணை மணக்கும் துணிச்சல்மிக்க கிழவன். மூன்றாவது கதை, சுவானுடைய சகோதரி கணவனுடைய கதை. சுவான் கொலைக்குப் பின்புலத்திலிருப்பவர்களைப் பழிவாங்கத்துடிக்கும் இளைஞனை ஆளும் வர்க்கத்தின் ஏவலர்கள் துரத்துகிறார்கள். நாவலில் சொல்லப்பட்டிருக்கிற அத்தனை கதைமாந்தர்களின் பண்பும், செயலும், விதியும் ஏதோ ஒருவகையில் ஹோசிமின் வரலாற்றோடு, வாழ்க்கையோடு முடையப்பட்டிருக்கிறது. அம்மனிதர்களின் நிகழ்காலமும், கடந்தகாலமும், மனித வாழ்க்கையின் அகம் புறம், பொதுவாழ்க்கையில் அவர்களுக்கான பங்களிப்பென கதைப் பின்னல் நிகழ்கிறது.

நாவல் களம், சொல்லப்படும் அரசியல், கதைமாந்தர்கள், கொள்கை முழக்கங்கள் என்ற பேரில் மக்களை ஏமாற்றும் ஆளும் வர்க்கம், அப்பாவி மக்கள், வெள்ளந்தியாய் வாழப்பழகிய கிராமங்கள், கவலை பூத்த முகங்கள், நம்பிக்கை வறட்சிகள்,

நிலைப்பாடு மோதல்கள், அலைக்கும் காற்று, பனிக்குளிர். மொத்தத்தில் இந்திய நாவலொன்றை படிப்பதுபோன்ற உணர்வு, எனவே இவரது நாவலை அக்கறையுடன் வாசிக்க முடிகிறது. உயிர்ப்புள்ள படைப்புக்குரிய கலாநேர்த்தியும், கூர்மையும் ஆழமும் இப்படைப்பிற்கான தனித்துவம். எழுத்தென்பது சம்பவமொன்றின் சாட்சி மட்டுமல்ல, எழுத்தாளனின் மனசாட்சியாக இருக்க வேண்டும், அது சத்திய வார்த்தைகளால் நிரப்பப்பட வேண்டும். சகமனிதர்கள், சமூகமென்ற கடப்பாட்டுடன் ஒலிக்கும் படைப்பாளுமைகள் போற்றுதலுக்குரியவை. இலக்கியங்கள் இதைத்தான் சொல்லவேண்டுமென்றில்லை, ஆனால் ஏதோ வொன்றை சொல்லவே படைக்கப்படுவை. டுயோங் தூ யோங்கிற்கும் அந்த நோக்கம் நிறையவே இருந்திருக்கவேண்டும்: ஏராளமாக ஆளும் வர்க்கத்திடம் அவருக்குக் கோபம் இருக்கிறது, அது கடுங்கோபம். பிரான்சையும், அமெரிக்காவையும் அத்தனை திடத்தோடு எதிர்த்த மக்கள், எப்படி சர்வாதிகாரத்திற்கு அடிபணியும் கோழைகளாய் மாறிப்போனார்கள் என்ற கோபம்; தேச நலன் என்பது தனிமனித சுதந்திரத்தினால் மட்டுமே கட்டமைக்கப்படவேண்டும் என்ற சிந்தனைப்பள்ளிக்கு ஆசிரியர் சொந்தங்கொண்டாடுகிறார். இந்நாவலை நடத்திச்செல்வது கதைமாந்தர்களின் மேதைமைக்கொத்த உரையாடல்கள். சல்லிவேர்கள்போலப் பரவி ஆனால் நாவலை உயர்த்தி நிறுத்த அவை முதற்பக்கத்திலிருந்து இறுதிவரை உதவுகின்றன. மனிதக் குரலுக்கான அதிகார அளவையும், வீச்சையும் வயதே தீர்மானிக்கிறதென்பதும் நாவல் தரும் செய்தி. அதிபர் தனக்குத்தானே நடத்தும் உரையாடல்; அவரது காவலர்களுடனும், நம்பிக்கைக்குரிய 'வூ'வுடனும் நடத்தும் உரையாடல்; 'வூ' தம்பதிகளுக்கிடையேயான உரையாடல்; விவசாயியான கிழவன் குவாங் மகன்களுடன் நடத்தும் உரையாடல் என்ற பெரிய பட்டியலை அடுத்து வேறு சில பட்டியல்களும் உள்ளன. உரையாடல் களில் ஒன்றைப் புரிந்துகொள்கிறோம். குறைந்தபட்சம் இருவரின் பங்களிப்பு தேவையெனச்சொல்லப்படுகிற உரையாடலில் ஒன்று மற்றொன்றை நிராகரிக்கும் போக்கே பெரிதும் காணகிடைக்கிறது. நவீனத்தால் அல்லது யுகமாற்றங்களால் புறக்கணிக்க முடியாதவற்றுள் மரபான உரையாடலையும் சேர்க்க வேண்டும். உ.ம்.: "தாய் சோன் மலையை மதிப்பதுபோல உனது தகப்பனையும் நினை', 'ஊற்று நீரை நேசிப்பதுபோல பெற்ற தாயையும் நேசிக்க வேண்டும்." ஓவியத்தையோ, சிற்பத்தையோ அவதானிக்கிறபோது சில புள்ளிகள், சில தடயங்கள், சில பகுதிகள் படைப்பாளியின் ஆளுமையை வெளிப்படுத்தக்கூடும், ஓர் ஆசிரியனின் இருப்பை, சுவாசத்தை, அசைவை உணர்த்தும்

கணங்கள் அவை. சங்கீதத்தில் கமகங்கள் போன்றவை. டுயோங் தூ யோங் நாலிலும் அத்தகைய கமகங்கள் இடைக்கிடை நிறைய உண்டு. "அறைக்குத் திரும்பியவர், கட்டிலில் இயல்பாய் எப்போதும்போலப் படுக்கிறார். குண்டு காவலாளி, கதவினைச் சாத்திவிட்டு புறப்படுகிறான். படிகளில் அவனது கனத்த பாதங்கள் எழுப்பும் ஓசை, புத்தவிகாரங்களெழுப்பும் சீரான மணியோசையில் கரைந்துபோகின்றன." ஒரு நல்ல உதாரணம்.

புரட்சிகள் தரும் மாற்றங்கள் வரலாற்றை மாற்றி எழுத உதவியதே அன்றி மானுட நெருக்கடிகளுக்குத் தீர்வினைத் தந்ததில்லை. "வாழ்க்கை தரும் இன்னல்களுக்கு ஆறுதலாக இருந்த புத்த விகாரங்களின் பிரார்த்தனையும் – சேகண்டி ஓசையும் எங்கே போயின?" என்ற கேள்வியைக் கேட்டு, குற்ற உணர்வில் வருந்தும் அதிபருடைய அகமனப்போராட்டத்தினூடாகவே புனைவுக்குண்டான விவரணபாணியை உருவாக்க முடியுமென்பது இந்நாவலின் சாதனை.

○

எதிர்பாராத மரணமும் அவிழ்க்கவியலாத சூட்சுமமும்

இளவரசி டயானா

இளவரசி டயானாவின் இறப்புக்கு வயது பன்னிரண்டு. அவரது மரணம் எதிர்பாராதது. எதிர்பாராத விபத்தெனவும், திட்டமிட்ட சதியெனவும் எதிரெதிரான கருத்துக்கள் நிலவுகின்றன.

இறந்த பெண்மணி உலகறிந்தவர் என்பதால் ஒருவித Myth உருவாகியுள்ளது. எதிர்பாராத எல்லா மரணங்களும் மாயைகளைக் கட்டமைப்பதில் வல்லவை. இறந்த உயிர்சார்ந்து மாயையின் ஆகிருதி தீர்மானிக்கப்படுகிறது. மாயையின் மையப்பொருள் பெண்ணென்கிறபோது பூடகத் தகவல்களுக்குத் தடங்கலின்றி ஆராதனைகள் செய்யப்படுகின்றன. இளம்பெண்ணெனில் அவர் கூடுதலாகக் கவனம் பெறுவார். கற்பனைகளுக்குக் கலைச்செழுமை கிடைத்துவிடுகிறது. "அற்ப ஆயுளில் போன கழுதை ஆயுசு முடியறவரைக்கும் சுத்துவா" என்ற தமிழ்ச் சொலவடையை நம்பும் ஐரோப்பியர்களும் இருக்கவே செய்கிறார்கள். இருள்கவிந்த சேன் நதி கரையோரம் மென்மையும் மேட்டிமையும் கொண்ட டயானாவின் காலடி ஓசை நுண்ணுணர்வு கொண்டோர்க்கு வாய்ப்பதாகக் புனைமொழிகளுண்டு. அண்மையில் லேடி 'டி'யென்று விசுவாசிகளால் அழைக்கப்பட்ட டயானாவைக் கருப்பொருளாகக்கொண்டு இரண்டு நாவல்கள் வெளிவந்துள்ளன.

முதலாவது நாவலில், எண்பதுகளில் ழாக்–ஹாரி லாம்பெர்த் (Jacques - Henri Lambeyerte) என்பவர் பிரெஞ்சு அதிபராக இருக்கிறார். 'லேடி பாட்' என்கிற சீமாட்டி பத்ரீசியா (Lady Patrecia) வேல்ஸைச் சேர்ந்த கர்டீஃப் இளவரசி. இவ்விருவருக்கும் இடையேயான காதலை நாவல் பேசுகிறது. கதைத் தலைவன் லாம்பெர்த் மனைவியை இழந்தவர். கதைத் தலைவி பத்ரிசியா கணவனாக வர இருப்பவன் தந்த அதிர்ச்சித் தகவலிலிருந்து மீள முடியாமற் தவிப்பவள். "திருமணத்திற்குப் பன்னிரண்டு நாட்கள் இருக்கின்றன. எனக்கு கணவராக வர இருப்பவர், தமக்கொரு காதலி இருப்பதாகவும் திருமணத்திற்குப் பிறகும் அவளுடனான உறவைத் தொடர இருப்பதாகவும் கூறுகிறார்", என்று அவள் கூறுகிறபோது பெண்ணின் நிலைமை கண்டு பரிதாபப் படுகிறோம். பத்ரிசியாவுக்கு ஒரு பெரிய வீட்டின் மருமகள், மக்களின் ஏகோபித்த அபிமானத்தையும், ஆட்சி அதிகாரங்களின் மதிப்புக்குரிய மனிதரின் திருமதி என்பவற்றால் கட்டமைக்கப்பட்ட கடமைகளையும் தவிர்த்து பால்வினை நோயினால் பாதிக்கப்பட்ட சிறுவர்களுக்கு உதவுதல், கண்ணிவெடிக்கு எதிரான நடவடிக்கைகளென துயர்கவ்விய இதயத்திற்கு சமாதானம் செய்விக்கும் வகையில் நலிந்தோர்க்கான பணிகளுள்ளன. இளவரசி பத்ரிசியாவுடன் கொண்டுள்ள காதலுக்கிடையிலும் "ஐம்பத்தாறு சதவீத வாக்குகள் பெற்று இரண்டாவது முறையாக நாட்டின் அதிபராகத் தேர்வு பெற்றுள்ள" அவருக்கென்று கடமைகள் இருக்கின்றன. நாவலின் பெரும்பான்மையான பக்கங்கள் லாம்பெர்த்தும் பாத்ரிசியாவும் சந்திக்கவும் காதல்கொள்ளவும் வாய்ப்பு விவரணைகள் கொண்டது. பெருமக்களுக்கான முறைமைகளின்படி இருவர் நெருக்கத்திற்கும் அரசியல் ஏற்படுத்தித் தரும் வாய்ப்புகள் கணிசமாகவே அமைகின்றன. ரம்பூய்யே கோட்டை அரண்மனை குறித்து நூலாரியர் தரும் நுணுக்கமான வர்ணனைகள் பிரமிப்பூட்டுபவை. பதவிக்காலத்தில் அக்கோட்டை நூலாசிரியருக்கு (அதிபருக்கு) இரண்டாவது வாசஸ்தலமாக இருந்திருக்கிறதென்கிறார்கள். அங்கே தங்கியிருந்த காலங்களில் வேட்டையில் ஆர்வங்கொண்ட அதிபர் பெரிய அளவில் அதற்கான ஏற்பாடுகளை செய்வித்து வேட்டைக்குச் சென்றிருக்கிறார். அதிபருக்கு "வேட்டைக்கான ஏற்பாடும், வேட்டையும் விருந்தோடு ஒப்பிடக்கூடியவை" என்று நூலில் ஆசிரியர் தரும் கருத்தினை மனதில் வாங்கிக்கொள்ள வேண்டும்.

நாவலை எழுதியிருப்பவர் பிரெஞ்சு மொழி தலைமைப் பீட அங்கத்தினர்களில் ஒருவரும் பிரான்சு நாட்டின் முன்னாள் அதிபருமான வெலெரி ழிஸ்க்கார் தெஸ்த்தெங் (Valery Giscard

   நாகரத்தினம் கிருஷ்ணா

D'Esteing). இதிலுள்ள பிரச்சினை, நூலை வாசித்த ஊடக விமர்சகர்கள் 'லேடி பாட்' என்று சொல்லப்பட்டுள்ள கதைநாயகி வேறுயாருமல்ல, லேடி டயானாவே என்கிறார்கள். 1994ஆம் ஆண்டில் அதிபர் மிஸ்க்கார் இளவரசி டயானா நடத்திய தொண்டு நிறுவன காரியங்களில் தீவிர ஆர்வம் காட்டியிருக்கிறார். கதையில் நாயகன் நாயகியைச் சந்திக்கிற ரம்பூய்யே கோட்டையிலேயே டயானாவை அதிபரும் சந்தித்திருக்கிறார். கோட்டை குறித்த தகவல்களும், பிற விபரங்களும் அட்சரம் பிசகாமல் நாவலில் இடம்பெற்றிருக்கிறதென்று நாட்டின் புகழ்பெற்ற சஞ்சிகையான ஃபிகாரோ *(Figaro)* எழுதியது. நாவலின் தொடக்க வரிகளுக்கிடையே 'சிக்'கென நம் கவனத்தை ஈர்ப்பது, "கொடுத்த வாக்கைக் காப்பாற்றியிருக்கிறேன்" என்றமைந்த கூட்டுச் சொற்கள் ஏற்படுத்தும் தினவு. "நீங்கள் கூறியிருந்த கதைச் சுருக்கத்தை எழுத்து வடிவில் கொண்டுவரலாமாவென்று கேட்டீர்களில்லையா, எனக்கு மனப்பூர்வமாக சம்மதம். ஆனால் நீங்கள் எனக்கொரு வாக்களிக்க வேண்டும்" என்பது புதிருக்கான இரண்டாவது துண்டு. நூலின் கடைசி அத்தியாயத்தில் கிடைக்கிறது. ஆக டயானாவைச் சுற்றி வம்புபேச ஆசிரியருக்கு ஆசை. அந்த வம்பில் தம்மையும் இணைத்து குளிர்காயும் சுகம். பெண்ணின் கடந்த காலமும், புகழும், போற்றிப்பாடலும் புனைவை உண்மை ஆக்கியிருக்கிறது; அல்லது உண்மையை புனைவென்கிறது.

நூலாசிரியரின் ஆளுமையும், சம்பவங்களையும் இடங்களை யும் விவரிக்கும் போக்கும் உண்மைக்கு வெகு அருகாமையில் வாசகர்களை நிறுத்துகின்றன. வாசகர்கள் புனைவுலகத்திற்குள் நுழையாதவரை இந்நிலை தொடர்கிறது. பற்றார்வக் கதைசொல்லலி லிருந்து விடுபட்டு அரசியல் தளத்தில் நூலாசிரியர் கதையை முன் நகர்த்திச்செல்வதையும் கவனத்திற்கொள்ள வேண்டும். நாவலைப் படித்து முடித்ததும் எழுகிற கேள்வி, இவைகள் உண்மையா? கட்டுக்கதையா? பெண்களைத் தங்களோடு இணைத்து நாயகத் திறனைக் கட்டமைக்க முயலும் (பலவீனமான) ஆண்களின் உத்திகளுள் ஒன்றா? உண்மையையும் பொய்யையும் கலந்து எழுதுகிறபோது அதற்கான விகிதாசாரமென்ன? நினைவும் புனைவும் அதனதனளவில் நாவலை முன்நகர்த்த வழங்கும் பங்களிப்புகள் எவை? வாசகர்களைக் குழப்புகின்ற இது போன்ற கேள்விகளுக்கு நூலாசிரியர்கள் மட்டுமே பதிலளிக்க முடியும். அவ்வாறான பதில்கள் பெறப்படாதவரை புனைவின் கதைமாந்தர்கள் மட்டுமல்ல, புனைவே கூட ஒரு மாயையாக வடிவெடுப்பதைத் தவிர்க்க முடிவதில்லை.

இளவரசி டயானாவை மையப் பொருளாகக் கொண்டு வந்துள்ள இரண்டாவது நாவல் ஒரு மொழிபெயர்ப்பு நாவல்,

மூலம் ஸ்பானிய மொழி. நூலாசிரியர் ஜூலியன் ரியோஸ் (*Julian Rios*), ஸ்பெயின் நாட்டவர் என்றபோதிலும் பிரான்சு நாட்டில் வசித்துவருகிறார். இன்றைய தினம் ஜேம்ஸ் ஜாய்ஸ் தடத்தில் பயணிக்கும் நவீன எழுத்துவெளியின் நம்பகமான புதுமை – பித்தர்களில் (*Avant-Gardistes*) தவிர்க்க முடியாதவர். '*Toute bonne technique porte en elle une metaphysique*' (நுண்பொருளென்பது நுட்பத்தின் சிறப்பு அம்சங்களைக் கொண்டது) என்கிற சார்த்ரு வின் கூற்றை மெய்ப்பிக்க முனைபவர். இவரது படைப்புகளுள் 1983ஆம் ஆண்டு வெளிவந்த லார்வா (*Larva*) ஓர் சிறந்த படைப்பு எனப்படுகிறது. பெரும்பாலான ஸ்பெயின் நாட்டு இலக்கிய விமர்சகர்களுக்கு ரியோஸ், படைப்பில் நுணுக்கமான புதுமைகளைக் கையாளும் சமகாலத்து ஸ்பானிய எழுத்தாளர்களுள் தலையாயவர். அவர்களில் சிறுபான்மையினருக்கு அவரது சொல்விளையாட்டும், புனைவு உத்திகளும் காலம் கடந்தவை. சொந்த நாட்டில் ரியோஸ் படைப்புகள் குறித்து கருத்துமோதல்கள் இருப்பினும், மேற்கத்தியப் படைப்புலகிற்கு ரியோஸ் ஓர் முக்கியப் படைப்பாளி. அவர்களுக்கு ஆங்கிலத்திற்கு ஜேம்ஸ் ஜாய்ஸ் (*James Joyce*), ஜெர்மன் மொழிக்கு ஒரு அர்னோ ஷ்மித் (*Arno Schmidt*), ஸ்பெயின் நாட்டிற்கு ஜூலியன் ரியோஸ் (*Julian Rios*). ஜாய்ஸ்ஸுடனும் ஷ்மித்துடனும் ஒப்பிடுகிறபோதே, ரியோஸ் படைப்புகளை வாசிக்கும் அனுபவமும் மலையேற்றத்துக்கு ஒப்பானதென்று சொல்கிறார்கள். கடும் பயிற்சியும் ஆரோக்கியமான மனமும் வாசகர்களுக்கு இருந்தாலொழிய ஜெயிப்பதரிது என்றெல்லாம் அச்சுறுத்தலிருக்கிறது.

இளவரசி டயானா பற்றிய ரியோஸ் நாவலுக்கு வருவோம். அவரது சொற்களிலும் வாக்கிய அமைப்பிலும் (ஒன்றுக்குள் ஒன்றென வாக்கியங்கள் தொடர் விளக்கங்களுடன் சங்கிலித் தொடர்போல நீள்கின்றன) பொறுமையுடன் கவனம் செலுத்தி னால் படிப்பதற்கான ஆர்வத்தைத் தூண்டக்கூடிய வகைமை சர்ந்தது. டயானா குறித்த இந்த நாவலுக்குப் பெயர் பாலம் – அல்மா (*Pont d'Alma*). சுமார் 153 மீட்டர் கொண்ட பாலம் – அல்மா பாரீஸ் நகரத்திலுள்ள முக்கியமான பாலங்களுள் ஒன்று. வரலாற்றுப் புகழ்வாய்ந்தது. பத்தொன்பதாம் நூற்றாண்டின் பிற்பகுதியில் போரொன்றின் நினைவாகக் கட்டப்பட்ட பாலத்தில் நான்கு போர்வீரர்களின் சிற்பங்களுள் ஒன்று வெடிகுண்டு களைக் கையாளும் படைவீரனுக்குரியது. ஒருவகையில் நாவல் பின்னர் கட்டியெழுப்பும் சந்தேகத்திற்கும் இதற்கும் தொடர்பு இருக்கிதென வாசகர்கள் நம்ப இடமுண்டு. ஆனால் நாவலுக்குப் பாலத்தின் பெயரைச் சூட்ட வேறு காரணங் களும் ரியோஸுக்கு உள்ளன. இப்பாலத்தருகேதான் டயானா

                                        நாகரத்தினம் கிருஷ்ணா

வாகன விபத்துக்குள்ளான சுரங்கச் சாலை இருக்கிறது என்பது அதிலொன்று. மற்றொன்று அமெரிக்கச் சுதந்திரதேவியின் கரத்திலிருக்கும் சுடர் அளவில் தத்ரூபமாக எழுப்பப்பட்டுள்ள சிற்பம். ரியோஸ் அவ்வழியாக ஒரு நாள் நடந்து சென்றபோது தற்செயலாக டயானா விபத்துக்குள்ளானதும் அந்த டயானாவை பத்தாண்டுகளுக்கு முன்பாக லண்டன் வீதியொன்றில் சிவப்பு விளக்கு சமிக்கைக்காகக் காத்திருந்தபொழுது அங்கே பச்சை நிற ஜகுவார் வாகனத்தையும் வாகன ஓட்டியிடத்தில் டயானாவையும் பார்த்த நினைவு கண்முன்னே தெரிகிறது. அந்நினைவு அடுக்கடுக்காக வேறு நினைவுகளைப் பிரசவிக்கின்றன. நினைவுப் படிமங்களைக் கொண்டு ரியோஸ் ஒருவகையான கொலாஜ் வகைச் சித்திரத்தைத் தருகிறார். புனைவில் 1997ஆம் ஆண்டு டயானாவோடு விபத்தில் மாண்ட அவரது காதலர் டோடி அல்–ஃபயெட், ரிட்ஸ் ஓட்டலின் தலைமை பாதுகாவலரும் விபத்தின்போது வாகன ஓட்டியாகவிருந்தவருமான ஹென்ரி போல் ஆகியோரோடு புகழ்பெற்ற பிரெஞ்சு ஓவியரான கமில் கொரோ (Camille Corot), மர்செல் ப்ரூஸ்டு (Marcel Proust)வை அடுத்து இருபதாம் நூற்றாண்டில் செல்வாக்குடனிருந்த பிரெஞ்சுப் புனைகதை எழுத்தாளரும் மருத்துவருமான செலின் (Celine), அயர்லாந்து எழுத்தாளரான ஜொனாத்தன் ஸ்விஃப்ட் போன்ற படைப்புவாதிகளைப் புனைவுக்குள் ரியோஸ் அழைத்துவருகிறார். புனைவில் டயானாவும், அவருடன் மாண்ட மற்றவர்களும் துணை மாந்தர்களென்ற விளிம்புநிலைக்குத் தள்ளப்பட்டிருக்கிறார்களென்பதுதான் உண்மை. தவிர அவர்களை (டயானாவும் பிறரும்) ஊறுகாயாகப் பயன்படுத்திக் கொண்டிருப்பதாகக்கூட சந்தேகிக்க வேண்டியிருக்கிறது. ஏனெனில் அவர்களை முன்வைத்து, பிற படைப்பு மாந்தர்களின் கலை, இலக்கிய வெளிகளை நமது மறுவாசிப்புக்கு உட்படுத்துகிறார். டயானாவின் எதிர்பாராத மரணமும், அதனடிப்படையில் தோற்றமெடுக்கும் நம்பிக்கையும் ரியோஸைப் பொறுத்தவரை ஒருவகையான மூலாதாரம். அடுத்தடுத்த அத்தியாயங்களில் அவரது பிரமிப்பூட்டும் சொல்வழிப்போக்கைச் செறிவூட்டுவதற்கு அவை பெரிதும் கைகொடுக்கின்றன. படைப்பிலக்கியவாதியான செலினுக்கும், வேல்ஸ் இளவரசி டயானாவுக்குமிடையில் ஒரு பந்தம். செலின் மரணித்த தினத்தன்றுதான் டயானா பிறந்திருப்பதைக் கணக்கில் எடுத்துக்கொண்ட ரியோஸ் எழுத்தாளரின் உயிர்வாழ்க்கை நீட்சியை இளவரசியிடம் காண முயற்சிக்கிறார். இருவருக்கிடையேயான பேத அபேதங்கள் இலக்கிய தரிசனங்களாக வாசகர்களுக்குக் கிடைக்கின்றன. நூலாசிரியரின் சொல்லாடலும், தர்க்கமும் வாசிப்பது இட்டுக் கட்டப்பட்டதென்கிற மனநிலையிலிருந்து நம்மை முற்றாக

விடுவித்துவிடுகிறது. அதுபோலவே சேன் நதியில் படகொன்றில் ஏற்பாடு செய்யப்பட்ட கொண்டாட்டத்தில் டயானாவுடன் யார் யாரெல்லாம் கலந்துகொள்கிறார்களென்று பாருங்கள்; பொதுலேர் (Baudelaire), பிராக் (Braque), மொரிக்கான் (Maurican)— டயானா தயவில் (ரியோஸ் தயவில்?) சில படைப்பாளுமைகளின் அறிமுகம் நமக்கு வாய்க்கிறது. டயானாவுக்கும் பிறருக்கும் என்ன உறவு? எப்படி சந்திக்க முடிந்தது? அனைவரும் ஆகஸ்டு 31ந்தேதி மரணித்தவர்கள். இப்பகுதியை நாவலில் மிகவும் முக்கியமான அத்தியாயமெனச் சொல்லவேண்டும். பொதுலேர், பிராக், மொரிக்கான் போன்ற கலை இலக்கியப் பெருமக்களின் வாழ்க்கை வரலாற்றை மட்டுமல்ல, அவர்களின் மறைவுகள், திடீர்மரணங்களெனச் சொல்லப்படுகிற விவரணைகளின் அடிப்படையில் ரியோஸ் முன்வைக்கும் நுட்பமான பார்வைகள் முக்கியத்துவம் வாய்ந்தவை.

டயானாவின் எதிர்பாராத மரணம் ரியோஸுக்கு வேறொரு விபத்தும் அதுசார்ந்த மரணத்தையும் ஞாபகமூட்டுகிறது. ருடோல்ஃப் டீசல் (Rudolf Diesel) பொறியாளர், 'டீசல் எந்திரத்தின்' பிதாமகர். பெற்றோர் ஜெர்மனியிலிலிருந்து வெளியேறி பிரான்சு நாட்டில் வாழ்ந்துவந்தவர்கள். ஐரோப்பிய வானில் முதல் உலக யுத்தத்துக்கான மேகங்கள் உலவிய காலத்தில் தமது கண்டுபிடிப்பான டீசல் எந்திரத்தை நீர்மூழ்கிக் கப்பலுக்கென வணிகப்படுத்தும் முயற்சியில் லண்டனில் அதுசம்பந்தப்பட்ட அமர்வொன்றில் கலந்துகொள்வதற்காக இங்கிலீஷ் கால்வாயில் ஹார்விச் நோக்கிப் பயணப்பட்டுக்கொண்டிருந்தார். 1913ஆம் ஆண்டு செப்டம்பர் 29ந்தேதி சம்பவத்தன்று இரவு வழக்கம்போல உறங்கச் சென்றவரை பத்து நாட்களுக்குப்பிறகு கடலில் சிதைந்த உடலாகக் கண்டெடுத்தனர். இன்றுவரை அவரது திடீர்மரணம் மர்மமாகவே இருக்கிறது. டீசல் எஞ்சினின் பிறப்புக்குக் காரணமான ஒருவர் யுத்தச் சூழலில் இங்கிலாந்து செல்வதை எப்படி அனுமதிக்கமுடியும் என்ற கேள்வி அம்மரணத்தில் அடங்கிக் கிடக்கிறது. டயானாவின் இறப்பின்வழி ஏற்கனவே உலகமறிந்த வதந்திகளுடன் புதிய ஊகங்களையும் இணைத்து ஊலிசெஸ் (Ulysses) மரபில் சொல்லவந்த ரியோஸுக்கு, மர்மமான முறையில் டீசல் இறந்து 84 ஆண்டுகளுக்குப்பிறகு நடந்த டயானாவின் வாகனவிபத்து ராணுவ தளவாடத் தயாரிப்பு நிறுவனங்களின் சதியாக இருக்குமென்கிற சந்தேகம். இளவரசி டயானா கண்ணிவெடிகளுக்கு எதிரானதொரு அரசு சாரா இயக்கத்தை உருவாக்கி முழுமூச்சாக அதற்கென உழைத்துக்கொண்டிருந்தவரென்பது ரகசியமல்ல. இச்சந்தேகத்தை ரியோஸிடம் விதைத்தவர் தற்காலிகமாக டயானா ஜோதியை

நாகரத்தினம் கிருஷ்ணா

தரிசிக்கவந்த ஓர் அமெரிக்கக் குடிமகன். நாவலில் அவரை ஆசிரியர் *Ti.Pi* அழைக்கிறார். விபரம் தெரிந்தவர்கள் அவரை அமெரிக்க எழுத்தாளரும், ஊடகங்களெனில் ஒளிந்துகொள்ளும் குணம்கொண்டவருமான தாமஸ் பின்ச்சன் *(Thomas Pynchan)* என்கின்றனர்.

மரணமிலாப் பெருவாழ்வில் அவநம்பிக்கை கொண்ட எதிர்பாராத மரணங்கள் அனைத்துமே மர்மங்கள் அடங்கியவை. அவிழ்த்திடாத சூட்சுமங்கள் கொண்டவை. மரணம் தவிர்க்க முடியாததுதான், வரவேண்டிய காலத்தில் வந்தே தீரும் என்பதும் உண்மைதான். ஆனால் அம்மரணம் இயற்கையாய் (?) நிகழாதபோது ஐயங்கள் ஈரங்கண்ட விதைபோல, முளை விடுகின்றன. காம வயப்பட்ட உடல்போல நான்காம் நாள் தளிரும் கொடியுமாய் குப்பையா, கொழுகொம்பாவென்கிற எதிர்பார்ப்புகளின்றி விழுந்து புரள்கின்றன; அல்லது தொற்றிக்கொள்கின்றன. ரியோஸுக்கும் இம்மரணங்களை இலக்கியப் களத்தில் நிறுத்தி விசாரணைக்கு உட்படுத்த வேண்டுமென்கிற கடப்பாட்டுடன் செயல்பட்டிருக்கிறார். அந்நிலையில் தமிழ்ச் சித்தர்களின் மனப்பாங்கினை அவரிடம் காணமுடிகிறது. இந்திய மெய்யியலை ஜூலியன் ரியோஸ் வாசிக்க நேர்ந்திருந்தால் படைப்புக்குக் கூடுதலாக ஒளி கிடைத்திருக்கலாம்.

○

காஃப்காவின் தீரா 'வழக்கு'

பிரான்ஸ் காஃப்காவின் 'நீதி விசாரணை' *(Der Prozess- The Trial)* புனைகதையின் நாயகன் ஜோசெஃப் ரி. போன்றே, நாவலின் மூலாதாரமான கையெழுத்துப் பிரதியும் விநோதமான வழக்கில் சிக்குண்டு தவிக்கிறது. ஏவா ஹோஃப் என்ற 75 வயது டெல் அவிவ் *(Tel Aviv)* நகரவாசியான பெண்மணி யின் வீட்டிலிருந்து காவல்துறையினருக்கு ஒருநாள் நள்ளிரவு ஒருமணி அளவில் அவசர தொலைபேசி அழைப்பொன்று வந்திருக்கிறது. 'வீட்டிற்குள் திருடனிருக்கிறான்; உடனே வரவேண்டும்' என்று பதட்டத்துடன் ஒலித்த குரலை நம்பி சைரன் சகிதம் காவல்துறையினர் வந்திறங்கியபோது திருட வந்தவன் மாயமாய் மறைந்திருந்தான். திருமதி ஏவாஹோஃப் வீட்டில் நுழைந்த கள்வனுக்குப் பொன்னோ பொருளோ நோக்கமல்ல. அவன் களவாட வந்தது, காஃப்காவின் எஞ்சியிருக்கிற கையெழுத்து பிரதிகளில் ஏதேனும் ஒன்றிரண்டை. திருமதி ஏவா ஹோஃப், காஃப்கா விட்டுச்சென்றிருக்கிற எழுத்துக் களின் இன்றைய வாரிசுதாரர்.

செக் நாட்டைச் சேர்ந்த நண்பரும் எழுத்தாளருமான மாக்ஸ் ப்ரோடிடம் *(Max Brod)* முடிக்கப்படாத தமது 'நீதி விசாரணை' நாவலின் கையெழுத்துப் பிரதியை, காஃப்கா இறுதிக்காலத்தில் ஒப்படைத்திருந்தார். மாக்ஸ் ப்ரோட் அப்பிரதியைத் தமது பெண் செயலாளருக்குப் பரிசாகக் கொடுத்தார். எஸ்தெர் ஹோஃப் என்ற பெயர்கொண்ட அப்பெண்மணி பின்னாளில் தமது பெண்களுக்கு உரிமைசெய்து ஆவணப்படுத்த, அவர்களில் ஒருத்தி

நாகரத்தினம் கிருஷ்ணா

1988ஆம் ஆண்டு ஜெர்மன் அரசாங்கத்தின் நூலகத்திற்கு நல்ல விலைக்கு விற்றார். ஆக தற்போது ஜெர்மன் நாட்டில் மார்பக் அம் நெக்கர் (Marbach am Neckar) நகரின் நூலகத்தில் அது பாதுகாப்பாக இருக்கிறது. காஃப்காவும், மாக்ஸ் ப்ரோடும் நெருங்கிய சினேகிதர்கள். காசநோயால் பாதிக்கப்பட்ட பிரான்ஸ் காஃப்கா, 1824ஆம் ஆண்டு இறந்தபோது, நூலின் கையெழுத்துப் பிரதியை, தாம் கேட்டுக்கொண்ட தற்கிணங்க நண்பர் எரித்துவிடுவாரென மனமார நம்பினார். நண்பரிடம் அதற்கான உறுதிமொழியை காஃப்கா கேட்டுப்பெற்றதாகச் சொல்லப்படுகிறது. காஃப்காவின் இறுதி ஆசையை நண்பர் நிறைவேற்றவில்லை. 1939ஆம் ஆண்டு பிராகு (Prague) நகரம் நாஜிப் படையினரால் கைப்பற்றப்பட்ட நிலையில் அங்கிருந்து தப்பிய காஃப்காவின் நண்பர், எஞ்சியிருந்த காஃப்காவின் படைப்புகளை மறக்காமல் உடன்கொண்டு சென்றிருக்கிறார். மாக்ஸ் ப்ரோடு 1968ஆம் ஆண்டு இறந்ததும் தொடக்கத்தில் குறிப்பிட்டிருந்ததுபோல காஃப்காவின் கையெழுத்துப் பிரதிகள் அனைத்தும் அவரது விருப்பப்படி எஸ்தெர் ஹோஃப் என்ற செயலாளரை அடைகின்றன. அவரது இறப்புக்குப் பிறகு, செயலாளப் பெண்மணியின் மகள்களிருவரும் காஃப்காவின் படைப்புகளுக்கு உரிமை கொண்டாடுகிறார்கள்.

ஜெர்மன் வசமிருக்கும் 'நீதி விசாரணை' புனைகதையின் கையெழுத்துப் பிரதியை, தம்மிடம் ஒப்படைக்க வேண்டுமென இஸ்ரேல் நாட்டு தேசிய நூலகம் அண்மையில் கேட்டுக் கொண்டுள்ளது. 'ஆவணப் பாதுகாப்புச் சட்டத்தின்படி தகுந்த வகையில் கையெழுத்துப் பிரதி முன்னதாக அரசின் பரிசீலனைக்கு உட்படுத்தப்பட்டு அவற்றிலுள்ள வரலாற்று தகவல்கள் சரிபார்க்க அனுமதிக்கப்பட்டிருக்க வேண்டும்; அது தவிர, ஆவணத்தின் முக்கியத்துவம் கருதி, பாதுகாப்பிற்காக வேண்டிய நகல்களை எடுத்தபின்பே கையெழுத்துப் பிரதியை வெளியிற் கொண்டு சென்றிருக்க வேண்டும். ஆனால் அவ்வாறெதுவும் செய்யப்படாமலேயே 'நீதி விசாரணை' நூலின் கையெழுத்துப் பிரதி இலண்டனில் விற்கப்பட்டிருக்கிறதென்பது இஸ்ரேல் சொல்லும் காரணம். காஃப்காவின் எழுத்துக்களின் தற்போதைய வாரிசுதாரர் இஸ்ரேலியப் பிரஜை. ஆனால் காஃப்கா ஒரு யூதரே தவிர இஸ்ரேலியரல்ல. தாய்மொழி ஜெர்மன், படைப்புகள் ஜெர்மன் மொழியில் எழுதப்பட்டன; எனினும் இஸ்ரேல் நாட்டின் தேசிய நூலக இயக்குநர் Shamuel Har Noy, அந்நூலிலுள்ள சில வரலாற்றுப் பிழைகள் திருத்தப்பட வேண்டுமென்கிறார். காஃப்காவின் நண்பரான ப்ரோடுவின் இறுதி விருப்பத்தை முன்வைத்தும் இயக்குனர் சில பிரச்சினைகளை

எழுப்புகிறார். காஃப்காவின் பிற கையெழுத்துப்பிரதிகளைப் பற்றிய ப்ரோடுவின் முடிவு எப்படி வேண்டுமானாலும் இருக்கலாம், ஆனால் 'நீதி விசாரணை' நூலின் கையெழுத்துப் பிரதியை விற்க அவர் விரும்பியதில்லையெனவும், இஸ்ரேலைத் தவிர வேறு நாட்டிற்கு மூலப்பிரதி கொண்டுசெல்லப்படுவதை ஒருக்காலும் அவர் ஏற்கமாட்டாரென்றும் சாதிக்கிறார். ப்ரோடுவின் இறுதிவிருப்பமென்று எழுதப்பட்டுள்ள உயிலை அவரவர்க்கு விருப்பமான வகையில் பொருள்கொள்ள முடியுமென்கிறார்கள். கையெழுத்துப் பிரதியின் தற்போதைய உரிமையாளருடைய வழக்கறிஞர் என்ன சொல்கிறார்? 1974 ஆம் ஆண்டு உரிமையாளர்களுக்கிடையேயான குடும்ப வழக்கில் டெல் அவிவ் நகர (இஸ்ரேல்) நீதிமன்றம் அளித்த தீர்ப்பில்: ப்ரோடு வாரிசுதாரர்களுக்கு காஃப்காவின் உடைமைகள் குறித்த வழிகாட்டுதல்கள் எதையும் உயிலில் தெரிவிக்கவில்லையென்றும், காஃப்காவின் படைப்புகளை விருப்பம்போலக் கையாள வாரிசுதாரருக்கு (எஸ்த்தர் ஹோஃப்– பின்னர் அவர் மகள்கள்) உரிமையுண்டெனவும் கூறியுள்ளதை அவர் நினைவூட்டுகிறார். 1988 ஆம் ஆண்டு லண்டனில் எஸ்த்தர் ஹோஃப்பின் மகள்களிருவரும் ஏல விற்பனையில் கலந்துகொண்டு 'நீதி விசாரணை' நூலின் கையெழுத்துப் பிரதியை விற்க முனைய, ஜெர்மன் அரசாங்கம் 1.98 மில்லியன் டாலர் கொடுத்து அதை வாங்கியுள்ளது. இந்நிலையில் தமக்கு (ஜெர்மன் நாட்டிற்கு) ஒருக்காலும் கையெழுத்துப் பிரதியை இஸ்ரேல் அரசாங்கத்திடம் திருப்பித் தரும் எண்ணமில்லையென தெளிவாக அறிவித்திருக்கிறது. நவீன இலக்கிய உலகில் ஓர் படைப்பாளியின் கையெழுத்துப் பிரதிக்கு இவ்வளவு விலைகொடுத்து வாங்கப்பட்ட வேறு சான்றுகளில்லை. இந்த விற்றல் – வாங்கல் விவகாரத்தில் தரகராகச் செயல்பட்டவருடைய கூற்றின்படி 4 மில்லியன் டாலர்வரை காஃப்காவின் கையெழுத்துப் பிரதிக்கு ஜெர்மன் அரசாங்கம் கொடுக்க அப்போது தயாராக இருந்திருக்கிறது.

1961 ஆம் ஆண்டு ஆக்ஸ்போர்டிலுள்ள நூலகமொன்றிற்கு காஃப்காவின் வேறுசில கையெழுத்துப் பிரதிகளை (The Castle, America. . .) மாக்ஸ் ப்ரோடு தானமாக வழங்கியிருந்தபோதும், 'நீதி விசாரணை' நூலின் கையெழுத்துப் பிரதியை அவ்வாறு கொடுக்கவில்லை என்பதை நினைவுகூர்தல் வேண்டும். காரணம், காஃப்கா அதனைத் தமது இலக்கிய நண்பருக்குப் பரிசாகக் கொடுத்திருந்தார். 'நீதி விசாரணை' கையெழுத்துப் பிரதி விற்கப்படுவதற்கு முன்பாக காஃப்கா தமது சினேகிதியான ஃபெலிஸ் போயருக்கு (Felice Bauer) எழுதிய 327 கடிதங்களை 1987 ஆம் ஆண்டு எஸ்த்தர் ஹோஃப் 5,50,000 டாலருக்கு விற்றிருந்தார்.

                                        நாகரத்தினம் கிருஷ்ணா

1970இல் எஸ்தர் ஹோஃப் இறந்தபோது காஃப்காவின் எழுத்துக்களென மாக்ஸ் ப்ரோடு விட்டுச்சென்ற நூற்றுக்கணக்கான கையெழுத்துப்பிரதிகள் கடிதங்களாகவும், ஆவணங்களாகவும், படைப்புகளாகவும் அவரிடம் இருந்திருக்கின்றன. இன்று அவற்றின் தலைவிதி கேள்விக்குறியாகியிருக்கிறது. ஓர் இலக்கியவாதியின் கையெழுத்துப்பிரதிகள் என்ற குறியீட்டை இழந்து, கார்ல் மார்க்ஸ் வர்ணிப்பதுபோல விற்பனைச் சரக்காக. அதாவது, சரக்குகளெனில், அவை புலன்களால் உணர முடிந்தவை, உணரமுடியாதவையென்ற இரு பிரிக்கவியலாத பண்புகளைக்கொண்ட சமூகப் பொருளாக (social thing) மாறி உள்ளதெனலாம். 'உருமாற்றம்' என்ற சிறுகதையை எழுதிய காஃப்காவுக்கு இந்த விதிப்பொருத்தம் நிகழ்ந்திருப்பதுதான் வேடிக்கை. தவிர எஞ்சியுள்ள காப்காவின் கையெழுத்துப் பிரதிகள் இன்றைய தினம் அவற்றின் நிறத்தையும் குணத்தையும் இழந்து துண்டாடப்பட்டு விற்கப்படுவதாகவும் கேள்வி. ஏனெனில் அவற்றில் அக்கறைகொண்டு முறையாக வரிசைப்படுத்த மாக்ஸ் ப்ரோடு இன்றில்லை. தவிர எதற்காக வெளிப்படையாக விற்பனை யில் இறங்கி தேவையற்ற வழக்குகளைச் சந்திக்க வேண்டுமெனவும் உடைமையாளர்கள் நினைக்கிறார்கள்.

இப்பிரச்சினையில் காஃப்காவின் நண்பர் மாக்ஸ் ப்ரோடை குறை சொல்ல ஒன்றுமேயில்லை. ப்ரோட் இல்லையெனில் இன்றைக்கு காஃப்காவைக் குறித்து நமக்குச் சொல்ல ஒன்றுமில்லை. காஃப்காவின் நாவல்கள் மூன்றுமே அவரது இறப்பிற்குப் பின்னர் நண்பரின் முயற்சியால் பதிப்பிக்கப்பட்டவை. இஸ்ரேலிய சஞ்சிகையான Haaretz தரும் தகவலின்படி எஸ்தர் ஹோஃப் இறந்தபோது அவர் வசமிருந்த கையெழுத்துப் பிரதிகளில் முக்கியமானவை ஏற்கனவே பிரசுரமாகியிருப்பினும், எஞ்சி யிருப்பவைகளும் அலட்சியப்படுத்தக் கூடியவைகளல்ல. காஃப்காவின் சொந்தவாழ்க்கைப் பதிவுகள், இலக்கியத் தடங்கள், வரலாற்றுச் சாட்சியங்கள் என அப்பட்டியல் நீள்கிறது. யுனெஸ்கோவின் பாரம்பரிய வளம் மற்றும் வளாகத்தைப்போல உலகத்தின் பொதுச்சொத்தாக அறிவித்துப் பாதுகாக்கப்பட வேண்டிய காஃப்காவின் இலக்கிய சாட்சியங்கள் இரகசியமாக வங்கிப் பெட்டகங்களிலும், பிற இடங்களிலும் உரிய பராமரிப்பின்றி பூஞ்சைகளுக்கும் பூச்சிகளுக்கும் இரையாகின்றனவே என வருந்துகிறவர்களும் உண்டு.

இறுதியாக 'நீதி விசாரணை' நாவலைக் குறித்து எழுதாவிடில் இக்கட்டுரை நிறைவடையாது. நாவலுக்கான சமிக்கைகள் 1914லிலேயே தெரிகின்றன. காஃப்கா இப்படியொரு நாவலை

எழுதவிருக்கும் எண்ணத்தை தமது சஞ்சிகையொன்றில் வெளிப்படுத்தியிருக்கிறார். குறிப்பாக தமது நெருங்கிய சிநேகிதி யான பெலிஸ் போயர் உறவில் ஏற்பட்ட கசப்பு நாவலை அலைக்கழித்திருக்கிறது. ஒரு பகுதியை முடிக்காமலேயே இன்னொன்று பிறகு வேறொன்றென எழுத்தாளரின் மனநிலை நாவலோடு கண்ணாமூச்சி ஆடியிருக்கிறது. பலமுறை நாவல் திருத்தப்பட்டிருக்கிறது. 1917ஆம் ஆண்டு இரண்டாம் முறையாக பெலிஸ்போயரோடு ஏற்பட்ட கசப்பு நாவலை வெகுவாகப் பாதித்தது. 1924ஆம் ஆண்டு காஃப்கா இறந்தபோது 'நீதி விசாரணை' நாவலின் தலைவிதி கேள்விக்குரியதாகவே இருந்திருக்கிறது. "என்னவோ எழுதினேன், புத்தகமாக்க விருப்பமில்லை" என்பதுதான் காஃப்கா தெரிவித்தது. 1925ஆம் ஆண்டு நண்பரின் விருப்பத்துக்கு மாறாக மாக்ஸ் ப்ரோடு பதிப்பிக்க விரும்பினார். எனினும் அதற்காக அவர் பட்ட சிரமங்கள் அதிகம். முதலாவதாக அங்கொன்றும் இங்கொன்றுமாகவிருந்த அத்தியாயங்களை வரிசைப்படுத்த அவர் எடுத்துக்கொண்ட முயற்சி. அடுத்து, முடிக்கப்படாத பத்திகளையெல்லாம் நீக்கினார். தவிர நூலாசிரியரும் அந்நூலைப் பதிப்பிக்க முயன்ற நண்பரும் யூதர்களென்ற உண்மை பதிப்பாளர்களுக்குக் கசந்தது; நிராகரித்தார்கள். ஆக மொத்தத்தில் இன்றிருக்கும் நாவல் ப்ரோடுவின் புரிதலுக்கேற்ப, சம்பவங்கள் மற்றும் பாத்திரங்களின் காலவரிசையைக் கணக்கிற்கொண்டு கட்டமைக்கப்பட்ட நாவல். காஃப்காவின் நண்பர் மிகச் சிரத்தையுடன் கண்ட வெற்றி.

எல்லா நாவல்களையும் போலவே 'நீதி விசாரணை'யும் உண்மையும் புனைவும் சம விகிதத்தில் சொல்லபட்ட ஒரு நாவல். இருபதாம் நூற்றாண்டின் தொடக்ககால மனிதரையும், அவரது சமூகத்தைப் பற்றியதுமான விமர்சனமென்றாலும், இன்றைய இருபத்தோராம் நூற்றாண்டுக்கும் அது பொருந்தும். உலகில் அறுபடாத பண்புகளாகிப்போன அபத்தமும், சூதும் உருவாக்குகிற புதைமணலில் நித்தம் சிக்கித் தவிக்கும் நாதியற்றவர் களின் குரல் நாவல் முழுக்க ஒலிக்கிறது. நாவலின் பெரும்பகுதி ஆசிரியரின் சொந்தவாழ்க்கையின் எதிரொலி. கதைமாந்தர்கள் அவர்கள் பெயரின் முதல் எழுத்தால் சுட்டப்படுகிறார்கள். 'Nouveau roman' வரிசையில் எழுதப்பட்ட படைப்பிலக்கியங்களில் காஃப்காவைப்போலவே பல படைப்பாளிகள் இம்முறையை கையாண்டிருக்கிறார்கள். தமிழிலும் சுந்தர ராமசாமி தமது பாத்திரங்களின் சர்வ வல்லமைக் குறியீடாக ஒற்றை எழுத்து நாமகரணத்தை அரங்கேற்றியிருக்கிறார். வழக்கு விசாரணையின் நாயகன் கே. அசாதாரணமான சம்பவமொன்றின் சாதாரண மனிதன். இங்கே மேலே குறிப்பிட்ட சர்வ வல்லமை என்பது

  நாகரத்தினம் கிருஷ்ணா

முட்டை ஓடுபோல. உண்மையில் இவர்கள் பலவீனமானவர்கள், ஒருவிதப் பாசாங்கு மனிதர்கள் – *They're all impostures* – விழுந்தால் நொறுங்கிப்போகும் சராசரி மனிதர்கள். காஃப்காவைப்போலவே நாயகன் ரி.வும் மனப்பாதிப்புக்கு உள்ளானவன். அவனுடைய தவிப்பும் கலக்கமும் காஃப்கா வுடையது. ஒருமுறை குஸ்தாவ் ஜானுக் *(Gustav Janouch)* என்ற நண்பரிடம் காஃப்கா, தன்னுடைய தனிமை மிகக்கொடியதென்றும் காஃப்காவைத் தவிர வேறு எவருடைய தனிமையுடனும் அதனை ஒப்பிட முடியாதென்றும் வேடிக்கையாகக் கூறியதை இங்கே நினைவுகூர்தல் வேண்டும். குறிப்பாக பெலிஸ் போயர் இல்லா வெறுமை ஊமுட்களாகக் குத்த, முகந்தெரியாத எதிரியிடம் மோதி உருக்குலையும் எரிச்சலில் *'Our enemy feeds on the blood we lose. He gnaws our heart, and look how strong he grows'(The Enemy)* என்ற பொதுலேரின் எதிரொலிக்குரலை நாவலில் கேட்க முடிகிறது. அத்தனிமை கிணற்றில் விழுந்து குரலெடுத்துக் கதறும் பசு படும் துன்பத்தைக் கண்டும் சொல்லவியலாமற் தவிக்கும் ஊமையனுக்கு நிகரானது–
'கூவல் குரால்ஆன் படுதுயர் இரவில் கண்ட உயர்திணை ஊமன்போலத் துயர் பொறுக்கல்லேன் தோழி நோய்க்கே!'
(குறுந்தொகை – 224)

    'நீதி விசாரணை' உண்மையில் ஓர் விநோதமான மான வழக்கு. அல்பெர் காம்யூவின் அந்நியன் நாயகன் அபத்தத்தின் போக்கிற்கு இணங்கி தனக்கான முடிவினை எதிர்பார்த்து நீதிவிசாரணைக்கு உட்படுபவன். இங்கே ஜோசெப்.கே அதாவது காஃப்காவின் 'நீதிவிசாரனை' கதை நாயகன், அபத்தத்திற்கு முரண்பட்டு, தனக்கான முடிவு எதுவென்று அறியாமலேயே விசாரணைக்கு உட்படுகிறான். அந்நியன் நாயகன் விலங்கிடப்பட்ட நான்கு சுவர்களுக்குள் நிறுத்தப்பட்ட ஒரு கைதியெனில் காஃப்காவின் நாயகன் ஒருவகையான எதிர்மறை சுதந்திரத்துடன் *(Negative Liberty)* தினசரிவாழ்க்கையைத் தொடர அனுமதிக்கப்பட்டு வழக்கைச் சந்திக்கக் கேட்டுக்கொள்ளப்படுபவன். ஜோசெப் கே. வங்கியொன்றில் அதிகாரி. விடுதியொன்றில் தங்கி தானுண்டு தன் வேலையுண்டு என்றிருக்கும் இந்த நூற்றாண்டின் சராசரி மனிதர்களான நம்மில் ஒருவன். அன்றைய தினம் ஜோசெப் கேவுக்கு 30 ஆவது பிறந்த தினம். வழக்கம்போல விழித்தவனைத்தேடி சனிதசை காவலர்கள் வடிவில் வருகிறது. அவன் அறைக்குள் நுழையும் காவலர்கள், கைது செய்கிறார்கள். விசாரனைக்கு அழைத்துப்போகிறார்கள். செய்த குற்றமென்ன என்று ஜோசெப் கே யோசித்துப் பார்க்கிறான். எந்தக் குற்றமும் எதன்பொருட்டும், யாருக்கும் இழைத்ததாக நினைவில்லை. அவனைக் கைது செய்தவர்களுக்கேனும் அவன் செய்த

குற்றம் தெரியுமா, தெரியாதென்கிறார்கள். 'மேலதிகாரத்தின் கட்டளையை நிறைவேற்றினேன்' என்கிறார்கள்:

– உங்கள் அறையை விட்டு எங்கும் போகக்கூடாது. பிரான்ஸ் (மற்றொரு காவலதிகாரியின் பெயர்) தெரிவிக்க வில்லையா?

– உங்களைக் கைது செய்திருக்கிறோம்.

– புரிகிறது, ஆனால் எதற்காக என்னைக் கைது செய்திருக்கிறீர்களென்பதுதான் விளங்கவில்லை.

– கே. சொல்வதிலும் நியாயமிருக்கிறது

– இங்கே பாருங்கள் என்னைப் பற்றிய தகவல்களெல்லாம் இந்தப் பேப்பரில் இருக்கின்றன.

– இதை வைத்துக்கொண்டு நாங்கள் என்ன செய்யப் போகிறோம். இவற்றைக் காட்டினால் விசாரணையிலிருந்து தப்பி விடலாமென்று மட்டும் நினைத்திட வேண்டாம். இவ்விடயத்தில் எங்கள் தரப்பில் எந்தத் தப்புமில்லை. மேலிடத்து உத்தரவுக்குக் கீழ்ப்படிகிறோம், அவ்வளவு தான். பத்துமணிநேரம் காவலில் வைத்திருக்க வேண்டும்; எங்களுக்குச் சம்பளமும் அதற்காகத்தான் கொடுக்கப்படுகிறது. இங்கே தப்பு எக்கட்டத்திலும் நிகழவில்லையென்றும் எங்களுக்குத் தெரியும்; என்ன செய்வது. இது நடந்தாக வேண்டும். எங்கள் (துறையின்) பணி மக்கள்கூட்டத்திலே கலந்திருக்கிற குற்றத்தைப் பொறிவைத்துப் பிடிப்பதல்ல; மாறாக குற்றம் எங்களைத் தேடி வருமாறு பார்த்துக்கொள்வது. எங்கள் விதிமுறை அப்படி.[1]

○

---

1. *The Trial - Le Proces - Franz Kafka* நாவலின் பிரெஞ்சு நாடகவடிவத்திலிருந்து எடுத்தாளப்பட்ட உரையாடல். நாடகமாக்கம் *Alain Timar.*

                                        நாகரத்தினம் கிருஷ்ணா

ழான் ழெனேவின் குறத்தியும், பாசி மணியும்

பிறந்தது பிரான்சு – அனாதைக் குழந்தை– அரசுக் காப்பகம்–சுமாராக கல்வி அறிவு – திருட்டுக் குற்றங்கள், சிறைவாசம் – படைப்பிலக்கியவாதி– இறந்த நாடு மொராக்கோ. இதுதான் ழான் ழெனேவின் வாழ்க்கைப் பயணம். படைப்புகளின் துணையோடுதான் அவரைப் புரிந்துகொள்ளவும் வேண்டும், திட்டவட்டமான வேறு ஆதாரங்களில்லை. பிறப்பைப் போலவே இறப்பும் அநாமதேயமாக நடந்தேறியது. பாசிபடர்ந்து தேங்கிக்கிடந்த அணைநீர் கரையுடைந்து பாய்ந்துபோல நிகழ்ந்தது அவருடைய இலக்கியப் பிரவேசம். தொடக்க காலத்தில் முகம் சுளித்து தாழிட்ட படைப்புலகம், கதவுகளை மாத்திரமல்ல சன்னல்களையும் சேர்த்தே திறந்து அவரை அணைத்துக்கொண்ட அதிசயமும் நிகழ்ந்தது. நடு நிசி நாயின் அழுகையும், ஆந்தையின் அலறலும் களிப்பூட்டுவை, இறுக்கம் குறைப்பவை என்பதை பின்னாளில் அவரது படைப்புகள் உறுதிப்படுத்தின. பின்னிரவு அலறல்போல ஒலித்த அக்குரல் கேட்டு வெருண்டோடியவர்கள் அநேகர், பின்னர் அவர்களே அதன் வசீகரிக்கத்திற்கு ஆட்பட்டு கைகுலுக்கினார்கள். பாலின்பம், ஓரினச் சேர்க்கையென்ற மனித ஒழுகலின் மிகைகளை, முரண்களை போற்றிப்பாடிய 'ழெனே'வின் படைப்புகள் பிரெஞ்சுப் படைப்புலகத்திற்கு அதுநாள் வரை நிகழாதவை, ஆபாசமானவை. பதினேழாம் நூற்றாண்டிலேயே கத்தோலிக்க மதத்தின் குறியீடுகளை சடங்குகளை கேள்விக்குட்படுத்திய விவாதங்கள்

பிரசித்திபெற்ற தத்துவவாதிகளின் வரவேற்பறைகளிலும்; படைப்பாளி, பதிப்பாசிரியர் பெயரின்றி கலகக்குரல்கள் தெருமுனைகளிலும் முச்சந்திகளிலும் விநியோகப்பட்டிருந்தன என்ற போதிலும் மர்க்கி தெ சேடுவிற்குப் (*Marquis de Sade*) பிறகு தீண்டத்தகாதவை எனச் சமூகத்தால் ஒதுக்கப்பட்டிருந்தவற்றை மீண்டும் அரங்கேற்றியவர் ழான் ழெனே. தொடக்கத்தில் வரவேற்பில்லையென்றபோதும் பிற்காலத்தில் அவரது படைப்பாற்றல் பிரெஞ்சுப் படைப்பாளுமைகளின் கவனத்தை ஈர்த்தது. குறிப்பாக சார்த்துரு போன்றவர்கள் அவர் படைப்புகளை ஏற்றுக்கொண்டமை. இதில் வேடிக்கை என்னவென்றால், ஒரு தரப்பில் பூச்சொரிதல் மறுதரப்பில் கல்லெறிதலென்று இரண்டும் நிகழ்ந்தன. எழுத்தாளராகவும் நாடக ஆசிரியராகவும் செயலாற்றிய இளைஞர் ழான் ழெனே இப்பிரச்சினையை எதிர்கொண்ட விதம் கவனத்திற்குரியது. மளமளவென்று சென்றடைந்த புகழைக் காப்பாற்றவும், கண்டனங்களை இயல்பாக ஏற்றுக்கொள்ளவும் அவர் தெரிந்திருந்தார். கடுமையான விமர்சனங்களைக் குறித்த கவலைகளின்றி தீவிரமாகத் தமது இலக்கிய ஆளுமையை:நாவல்கள், நாடகங்கள், கவிதைத் தொகுப்புகள், கட்டுரைகள், விமர்சனங்கள் வழி வெளிப்படுத்த முடிந்தது.

பிறந்தது டிசம்பர் 10–1910. தந்தை இன்னாரென்று தெரியாது. தாயார் உள்ளாடை தயாரிப்பு நிறுவனமொன்றில் தொழிலாளி. 28 ஜுலை 1911 அன்று மருத்துவனையொன்றில் ஏழுமாதக் குழந்தையை அநாதையாக்கிவிட்டு, புறப்பட்டுப் போனவர் போனவர்தான். இன்னொரு மகனின் பிறப்பும் மருத்துவமனையில் சேர்ப்பித்துவிட்டு அந்த அம்மாள் காணாமற்போனதும் அச்சுபிசகாமல் நிகழ்ந்தது. பிறகு அப்பெண்மணி இளம்வயதி லேயே காய்ச்சல் கண்டு இறந்ததாகச் சொல்கிறார்கள். பிரெஞ்சு அரசாங்கத்தின் சமூகநலத்துறை உதவியுடன் தச்சர் குடும்பமொன்று ழான் ழெனேவை எடுத்து வளர்த்தது. படிப்பு நன்றாகவே வந்ததாம். 14 வயதில் வீட்டை விட்டு ஓடிப்போகிறார். சின்னச் சின்ன திருட்டுகள், குற்றங்கள். நிரந்தரமாக ஓரிடத்தில் இருப்பதில்லை. இடையில் ஓர் இசைக்கலைஞரிடம் பயிற்சி, அங்கேயும் பணத்தைக் கையாண்டதாகக் குற்றச்சாட்டு. மனநிலை பாதிக்கப்பட்டவர் என்பதாகத் தீர்மானிக்கபட்டு அதனைக் குணப்படுத்துவதற்கான சிகிச்சை அளிக்கிறார்கள். சிகிச்சையின்போதே அங்கிருந்து மீண்டும் ஓட்டம். 1926ஆம் ஆண்டு மூன்றுமாத சிறைவாசம். பின்னர் சீர்திருத்த முகாமொன்றுக்கு அனுப்பப்படுகிறார். இரண்டாண்டுகாலம் அங்கு தங்க நேர்ந்தபோதுதான் ஓரினச்சேர்க்கையில் அனுபவம் பெறுகிறார். அவரது பல படைப்புகளில் பின்னர் இவ்வனுபவம

   நாகரத்தினம் கிருஷ்ணா

இடம்பெறுகிறது. பதினெட்டு வயதில் பிரெஞ்சு ராணுவத்தில் சேர்கிறார். ஆறாண்டுகாலம் லெபனான், சிரியா, ஸ்பெயின் லிபியா, மரோக்கா என்றிருந்துவிட்டு சொல்லாமல் கொள்ளாமல் ராணுவத்திலிருந்து வெளியேறுகிறார். தண்டனையிலிருந்து தப்ப ஐரோப்பாவெங்கும் தலைமறைவு வாழ்க்கை. அடுத்தடுத்து திருட்டு வழக்கு, சிறைவாசம். தண்டனையிலிருந்து தப்பிக்க செக்கோஸ்லாவாக்கியா நாட்டில் அரசியல் அகதியாக தஞ்சம் கோருகிறார். அங்கே ஜெர்மன் நாட்டைச்சேர்ந்த மருத்துவரின் மகளைச் சந்திக்க நேரிடுகிறது. அப்பெண்மணியே அவரது வாழ்க்கையில் குறுக்கிட்ட முதலாவதும் கடைசியுமான பெண்மணி என்று சொல்கிறார்கள். மீண்டும் பாரீஸுக்குத் திரும்புகிறார். நான்காண்டுகாலம் அங்கு தங்குகிறார். ஒரு திருட்டின்போது கையும் களவுமாகப் பிடிக்கப்பட்டார். அது தவிர தகுந்த உரிமமின்றிக் கைத்துப்பாக்கி வைத்திருந்ததாக வேறு குற்றச்சாட்டு. ஆறுமாதம் சிறை தண்டனை. மனநிலை பாதிக்கப்பட்டவர் என்பது உறுதிசெய்யப்பட்டதால் தண்டனை இரண்டு மாதமாகக் குறைகிறது. தொடர்ந்து அவ்வப்போது திருட்டு, போலிச்சான்றிதழ்கள் தயாரித்த குற்றமெனக் கைது செய்யப் படுவதும் சிறையிலிருப்பதும், பின்னர் விடுதலையாவதுமாக வாழ்க்கை தொடர்கிறது. ஆக எழுத்துக்கு வருவதற்கு முன்பு சமூகத்திற்கும், சமூக நியதிக்கும் முரண்பட்டவர்; சட்டத்திற்கு முன்பாக குற்றவாளி.

ஜெனே இறந்தபோது புகழின் உச்சத்திலிருந்தார். அவர் பிறந்த ஆண்டின் அடிப்படையில் கடந்த ஆண்டு பிரெஞ்சு படைப்புலகம் நூற்றாண்டுவிழாவை எளிமையாக கொண்டாடியது. மீண்டும் அவரது படைப்புகள் புத்தகக்கடைகளில் விற்பனையில் முக்கியத்துவம் பெற்றிருக்கின்றன. நாற்பது வயது மதிக்கத்தக்க வாசகரொருவர், விற்பனையாளரிடம் ஜெனே எழுத்தின் பெருமையைக் கூறிப் புளகாங்கிதமடைகிறார். பதிலுக்கு விற்பனையாளர் தமது தரப்பு ஜெனே பெருமைகளை நினைவு கூர்ந்து பூரிக்கிறார். எனக்கோ விற்பனையாளர் என்னை கவனிக்கவில்லையே என்ற கோபம். இருந்தபோதிலும் உரையாடலின் போக்கில் கோபம் போயே போய்விட்டது. நாவல்கள், நாடகங்கள், கவிதைத் தொகுப்புகள், விமர்சனக் கட்டுரைகளென்று ஜெனேவிடம் ஒரு பன்முகத் தன்மை இருப்பது உண்மையே. ஆயினும் அவற்றை வரிசைப்படுத்திக்கொண்டு செயல்பட்டிருக்கிறார். படைப்புகளில் அசலான ஜெனேவை ரத்தமும் தசையுமாக உலவ விட்டதாலேயே, தொடக்கத்தில் பிரெஞ்சுப் பொது புத்திக்கு குற்றப்பத்திரிகைகளை வாசிக்கும் அனுபவம். கடுமையான விமர்சனங்கள். சமூகமும் சமயமும்

நிராகரித்திருந்த வேளையில் இலக்கியத் தோள்கொடுத்த சார்த்ருவையும் அத்தனை சுலபமாக மறந்துவிட முடியாது. ஜெனேவின் படைப்புகள் காலவரிசைப்படி நான்கு படிநிலைகள்: தொடக்கத்தில் கவிதைகள், அடுத்ததாக நாவல்கள், மூன்றாவதாக நாடகங்கள், இறுதியாக அரசியல் பத்திகள். ஜான் ஜெனேவுக்கு வேறு விளம்பரமே வேண்டாம். அவரது படைப்புகளுக்கு முன்னுரை என்ற பெயரில் சார்த்ரு 700 பக்களில் எழுதிய ‘Saint Genet: Actor and Martyr’ என்கிற தத்துவார்த்தக் கட்டுரையொன்று போதும். நூலில் “மேதமை’யென்பது தானமாகப் பெறப்படுவதல்ல, நிராதரவற்ற நிலையிலிருந்து விடுபடவேண்டும் என்கிற உந்துதலால் கிடைப்பது” என்பார் சார்த்ரு. 1945ஆம் ஆண்டு அக்டோபர் மாதத்தில் ஒருநாள் ‘Les Temps Modernes’ என்ற இலக்கிய இதழைத் தொடங்கிய சார்த்ரு, ‘இலக்கியம் என்றால் என்ன?’ என்ற கேள்வியை வைத்து படைப்பிலக்கியவாதிகளின் கடப்பாடுகள் பற்றிய தமது சிந்தனைத்தொடரை (குறிப்பாக படைப்பாளியின் சுதந்திரம்) ஆரம்பித்து வைத்திருந்தார். அவ்விதழில் பிற படைப்பாளிகளின் எழுத்துக்களில் சிறந்தவற்றைத் தேர்ந்தெடுத்து வெளியிடுவதென்ற சடங்கையும் தொடங்கிவைத்தார். அந்த வகையில் ஜான் ஜெனேயின் ‘Pompe Funebres’(Funeral Rites) என்ற நாவல் மற்றும் ‘journal du voleur’ (The Thief’s Journal) என்ற சுயசரிதையிலிருந்தும் தேர்ந்தெடுத்த சில பகுதிகளை வெளியிட்டார். குறிப்பாக 1950ஆம் ஆண்டு ஆறு இதழ்களில் தொடர்ந்து சார்த்ரு எழுதிய கட்டுரைகள் ஜெனேவின் புகழை உச்சத்திற்கு அழைத்துச் சென்றன. பின்னர் அவைகள் 1952ஆம் வெளிவந்த Saint Genet: Actor and Martyr’ என்ற நூலிலும் இடம் பெற்றன. ஜெனேவின் படைப்புகளை இலக்கியவாதியாக அன்றி, ஒரு தத்துவவாதியாக சார்த்ரு ஆய்வு செய்திருந்தார்.

ஜெனேவின் வாழ்க்கைத் தடத்தின் முற்பாதி பிற்பாதியை அறிந்தவர்களுக்கு இருத்தலியலால் ஜெனேவை வடிவமைக்க முனையும் சார்த்ருவின் நியாயங்கள் தெளிவாகப் புரியும். எழுத்தையும் தம்மையும் இருட்டில் நிறுத்தி முனகிக்கொண்டிருந்த ஜான் ஜெனேவின் திசைக்கு ஒளிபாய்ச்சிய வேறிருவர்: கோக்டோ மற்றும் பார்பெசா. முன்னவர் ஒரு படைப்பிலக்கியவாதி, பின்னவர் ஓர் இதழாசிரியர். பிரான்சு நாட்டை ஜெர்மனி ஆக்கிரமித்திருந்த காலம். நிர்வாகத்தில் ஜெர்மானியர்களும் அவர்களை ஆதரித்த சிறுபான்மை பிரெஞ்சு இனவெறியர்களுமிருந்தார்கள். ஜெனே வின் முதல் கவிதை அவரோடு சிறையில் இருந்து, பின்னர் மரண தண்டனை விதிப்படி கில்லெட்டினால் தலைவெட்டப்பட்ட மொரீஸ் பிலோர்ழ் நினைவைப் போற்றுகின்ற வகையில் வந்தது. இந்த மொரீஸ் என்பவர் ஒரு ஓட்டல் அறையில்வைத்து

                                          நாகரத்தினம் கிருஷ்ணா

தன்னுடைய ஆண்நண்பனின் கழுத்தை அறுத்த குற்றத்திற்காகத் தண்டனை பெற்றவர். பின்னர் இந்நபரைக் குறித்தும் புத்தகம் வந்தது என்பது தனிக் கதை. மொரீஸ் பிலோர்ழ் சிறையிலிருந்த காலத்தில் அதே சிறையில் 'ஜெனே' இருந்திருக்கிறார் என்பதைத் தவிர ஜெனேவுக்கும் அவருக்கும் எந்தத் தொடர்புமில்லை என்கிறார்கள். கவிதைக்குப் பின்னர் எழுதியிருந்த குறிப்பொன்றில் ஜெனே தனது கவிதையின் நாயகன் குறித்துக் கூறியுள்ள தகவல் களிலுள்ள முரண்கள் மேற்கண்டவர்களின் குற்றச்சாட்டை நியாயப்படுத்தவும் செய்கின்றன. ஆக மொத்தத்தில் மொரீஸ் பிலோர்ழ் என்ற உண்மைக் குற்றவாளியை நண்பனாகக் கற்பனையில் வரித்ததும், கவிதையில் நிறுத்தித் துதிபாடியதும் அவனிடத்தில் தன்னைக் கண்டது காரணமாக இருக்கலாம். *Le Condamné à Mort (The Man Sentenced to Death)* என்ற அக்கவிதை, "என் நண்பன் மொரீஸ் பிலோர்ழ் நினைவுக்கு இதை சமர்ப்பிக்கிறேன். அவனது ஒளிவீசும் உடலும் முகமும் எனது இரவுகளை தூக்கமின்றி அலைக்கழிக்கின்றன" என்று மக்களுக்கு அறிமுகமாகிறது. தொடக்கத்தில் இரகசியமாக விநியோகிக்கப்படுகிறது. வரவேற்பு நன்றாக இருக்கவே பதிப்பகங்களைத் தேடுகிறார். பதிப்பாளர் எவரும் முன்வராத நிலையில் *The Man Sentenced to Death* என்ற கவிதைத் தொகுப்பினை, கைப்பணத்தை முதலீடு செய்து வெளியிட வேண்டியிருந்தது. ஓர் அநாமதேய முகவரியுடன் ஆசிரியர், பதிப்பாளர் பெயர்களின்றி, ஆனால் *'Fresne 1942* (ஜெனே சிறை தண்டனை அனுபவித்த இடம்) என்ற பெயரில் வெளிவருகிறது. *1943* தொடக்கத்தில் ஜெனே கவிதைகளை வாசிக்க நேர்ந்த கோக்டோ, அதிசயிக்கிறார். அதிகமாக பாலியல் சார்ந்த சொற்களை உபயோகித்திருக்க அவர் களவாய் வாசித்து சந்தோஷத்தைப் பகிர்ந்துகொள்ள வேண்டியிருந்தென்கிறார்கள். ஆக கவிதை தொடர்பான முதலாவது பதிப்பு ஒப்பந்தம் ஓர் இளம் பதிப்பாளருடன் ஆரம்பமாயிற்று, உபயம் கோக்டோ. ஜெனே சிறையிலிருந்தபோது பார்பெசாவென்ற மற்றொரு பதிப்பாளருக்கு எழுதிய கடிதமொன்றில், "திருவாளர்கள் கோக்டோவும் (Cocteau), பிரான்சுவா சாந்தோனும் எனது படைப்புகளில் சிலவற்றை நீங்கள் பிரசுரிக்க உடன்படுவதாக எழுதியிருந்தார்கள். ஆனால் பல காரணங்களை முன்வைத்து அவை பிரசுரிக்கக்கூடியவையயல்ல என்ற உண்மையை நீங்கள் அறிவீர்களா?" எனக் கேட்டிருக்கிறார். *'Le journal de Cocteau* என்கிற நூலில், ஜெனேவின் படைப்புகள் ஏன் தொடக்க காலத்தில் மறுக்கப்பட்டன என்பதைப் பற்றி, கோக்டோ விவரித்து எழுதியிருக்கிறார். இந்நாட்குறிப்பினூடாக மெல்லமெல்ல ஜெனேவின் எழுத்துகள் எவ்வாறு பிரெஞ்சு இலக்கிய உலகத்தால் தவிர்க்கவியலாத எழுத்துக்களென்ற பரிணாமத்தை அடைந்ததென

விளங்கிக்கொள்கிறோம். கோக்டோ, ஜெனேவின் எழுத்துக்கள் ஏற்படுத்தியிருந்த அதிர்ச்சியிலிருந்து மீளாது தமது பிப்ரவரி 22ந்தேதியிட்ட தமது குறிப்பொன்றில் ஜெனேவை 'வெடிகுண்டு ஜெனே' *(la Bombe Genet')* என்கிறார்.

'Our Lady of the Flowers' (1943)', *'The Miracle of the Rose' (1944)* இரண்டும் அடுத்தடுத்த ஆண்டுகளில் வெளிவந்தவை: கருப்பொருள், கதை சொல்லல், எழுத்துமுறை ஆகியவற்றுள் பொதுவாக இரண்டிற்கும் ஒற்றுமைகள் இருக்கின்றன. இதில் பலரையும் வியப்பில் ஆழ்த்தும் விடயம் இவ்விரண்டிலும் வெகுசன இலக்கியத்திற்கும், அதன் படைப்பாளிகளுக்கும் கொடுத்துள்ள இடமும், அதற்கான காரணங்களும். பிற மேற்கத்திய நாடுகளை போலவே பிரான்சு நாட்டில் வெகுசன இலக்கியம் உச்சத்திலிருந்த காலமென்று பத்தொன்பதாம் நூற்றாண்டின் இறுதிக்காலத்தையும் இருபதாம் நூற்றாண்டின் ஆரம்ப காலத்தையும் குறிப்பிட்டாக வேண்டும். சமூகத்தில் சிந்தனைச் சோம்பல்கொண்ட தரப்பினரின் கொச்சை உணர்வுகளுக்குத் தீனிபோடும் வகையில் இயங்கிய இவ்வகை இலக்கியங்களின் கருப்பொருள்கள் எளிதானவை: எளிதாக ஏமாறும் இளம்பெண்கள்; உண்மைக்கு ஏற்படும் சோதனைகள்; ஆதரவற்ற மனிதர்களை வதைக்கும் நெருக்கடிகள்; துன்பம், இறுதியில் மகிழ்ச்சியென பெரும்பாலும் உண்மைக்கு மாறான முடிவுகளைக்கொண்டவை. அடுத்து, அவை திரும்பத் திரும்பச் சொல்லப்பட்டன. மக்களில் ஒரு தரப்பினருக்கு இவ்வாறான புனைவுகள் ஆறுதலைத் தந்தன. நிஜ வாழ்க்கை ஏமாற்றங்களை இதுபோன்ற கற்பனைகள் பூர்த்திசெய்தன.

தீவிர இலக்கியங்களுக்கும் வெகுசன இலக்கியத்திற்குமுள்ள முக்கியமான வேறுபாடு, பிந்தையதின் ஈடு செய்யும் குணம், அது தரும் 'வலி நிவாரணம்.' பெரும்பாலான வாசகர்களை போலவே ழான் ஜெனேவுக்கும் பிந்தையது ஓர் வலிநிவாரணி அல்லது ஓர் 'இழப்பீடு.' இங்கே வாசகர்களை அவர்களின் வறுமைக்கோட்பாட்டிலிருந்து மீட்கவேண்டுமென்கிற கடப்பாடோ, அவர்கள் பாவங்களிலிருந்து மீட்கிற நற்செய்தியோ இல்லை. மாறாக, அவர்கள் கற்பனைக்கு வழிவிடுகிறது. கால் கடுக்க நடந்து பெற முடியாத நீதியை, வெகுசன இலக்கியங்களின் கடைசிப் பக்கங்களில் எட்டுகிறபொழுது அவனுக்கு நிம்மதி. நிஜவாழ்க்கையில் எக்காளமிடும் வில்லன்கள் இக்கற்பனைப் புனைவுகளில் தோற்கிறபோது, மகிழ்ச்சி. பெற்றோரை இழந்து, வாழ்க்கையில் கடும் நெருக்கடிகளுக்குள்ளான 'ஜெனே', தொடக்க காலத்தில் வெகுசன இலக்கியத்தில் பற்றார்வத்தை வளர்த்துக்கொண்டதில் வியப்பில்லை என்கிறார்கள். ஆனால்

   நாகரத்தினம் கிருஷ்ணா

பிற்காலத்தில் ஜெனே ஒரு படைப்பாளராக ஆன பிறகு சூழ்நிலைக்கொப்ப வேறுவகை நிலைபாட்டினை எடுக்கிறார்.

நாற்பதுகளில் மேற்கத்திய இலக்கிய உலகம் கிளிப்பிள்ளைக் கூறுகளை நிராகரிக்கிறது. நீதியென்றும், அறமென்றும் எழுதுவது முடிவுக்கு வருகிறது. புனைவு என்கிறபோதும் உண்மைக்கு விசுவாசமாக இருப்பது அவசியமென்று தீர்மானமாகிறது. சொந்தச் சிந்தனைகளை எழுத்தில் கொண்டுவரும் சுதந்திரப்போக்கு படைப்புலகில் பிரவேசித்திருந்த காலமது. இப்புதிய சூழலுக்கு ஜெனே இணங்குகிறார். அவ்வகையில் மிஷல் செவாகோ போன்ற வெகுசன இலக்கியவாதியின் மீது கொண்டிருந்த அதிதீவிரப் பிடிமானத்தை தளர்த்திக்கொள்கிறார். தமது எழுத்தினூடாக ஏற்படவிருக்கும் தம்மைப் பற்றிய புதிய பிம்பத்திற்கு வெகுசன இலக்கியத்தின்மீதுள்ள அபிமானம் தடையாக இருக்கலாமென ஊகித்திருக்கவேண்டும். ஒரு நேர்காணலின்போது 'பல்ஸாக்கைக் காட்டிலும் எனது விருப்பம் ப்ரூஸ்ட்' என்று தெளிவுபடுத்துகிறார். எளிமை என்ற பேரிலே இலைமறைகாயாக அவதூரானவற்றை இட்டு நிரப்புகிறார்கள் என்று வெகுசன இலக்கியத்தை பகிரங்கமாகவே கண்டிக்கிறார். இந்நிலைப்பாட்டிற்கு மாறாக காத்திரமாக முன்வைத்த அவரது மேற்கண்ட படைப்புகளிலும், விமர்சனங்களிலும் அடிநாதாமாக வெகுசன இலக்கியத்தினைக் கொண்டாடும் போக்கு இருப்பதை சுட்டிக்காட்டுகிறார்கள் ஃப்ளோரான்ஸ் மெர்சியே போன்ற விமர்சகர்கள். *The Miracle of the Rose* நாவலின் வெற்றி அவரது 'மெட்ரே' சிறைவாசத்தின் உண்மை அனுபவத்தால் தீர்மானிக்கப்பட்டதல்ல வெகுசன இலக்கியத்தின் மீது அவர்கொண்டிருந்த அபிமானத்தால் நிகழ்ந்ததென்பது அவர்கள் தரப்பு வாதம். அதாவது வெகுசன எழுத்தாளர்களுக்கும் அவரது வாசகர்களுக்குமிடையே சுவாதீனமற்ற ஓர் கற்பனை இன்பம் கட்டமைக்கப்படுகிறதென அவரெழுப்பும் பிரேரணைக்கு அவரே பலியாவதாகக் குற்றச்சாட்டு. இது ஏதோ ழான் ஜெனேவையும் அவரது படைப்புகளையும் சார்ந்து எழுப்பப்படுகிற குற்றச்சாட்டல்ல. *'Our Lady of the Flowers'(1943)', 'The Miracle of the Rose'(1944)* இரண்டிலுமே அனாதைப் பிள்ளைகள் வருகிறார்கள். வெகுசன நாவல்களில் தவறாமல் கையாளப்படுகிற கதைக்கரு. மாறாக அநாதைச் சிறுவர்களுக்கான கடந்தகால மதிப்பீடுகளை தமது படப்புகளில் ஜெனே புரட்டிப்போடுகிறார். பெரும் பணக்கார அல்லது பிரபுக்கள் வம்சத்தில் பிறந்து, எதிர்பாராதவிதமாக திருடன் அல்லது நாடோடிக் கூட்டத்தில் சிக்கி, வளர்ந்து பெரியவனானதும் மீண்டும் பெற்றோரிடம் திரும்பும் கதைகள் வெகுசனப் புனைவுகளில் ஏற்கனவே நாம் வாசித்ததுதான்.

அரசாங்கத்தின் தயவில் வளர்ந்த ழெனே; இருபதாவது வயதில் தாயைப்பற்றிய கூடுதல் விபரங்களைக் கேட்டுவைத்த முறையீட்டை அரசாங்கம் நிராகரிக்க, ஏமாற்றமடைந்த ழெனே; வெகுசன நாவல்களில் நிகழும் கற்பனை சாத்தியத்தை தமது புனைவுகளிலும் உள்வாங்கிக்கொண்டிருக்கிற நியாயத்தைப் புரிந்துகொள்ள முடிகிறது. அதை வெளிப்படையாக அவர் ஏற்றுக்கொள்ளவும் செய்கிறார்.

அவரது ஆரம்பகாலப் படைப்புகளில் இடம்பெறுகிற சிறுவன் சுயமாகத் தேர்ந்தவன்; படிக்காத மேதை. சிறுவர் சீர்திருத்தப் பள்ளியிலும், சிறைவாசத்தின்போதும் வாசித்திருந்த ஜனரஞ்சக இலக்கியத்தின் பாதிப்பில் திளைப்பவன். அசலான ழான் ழெனேவைத்தான் நாவலில் சந்திக்கிறோம். சுயசரிதைதான் அவரது படைப்புகள். இப்படி ஆரம்பித்த அவரது வாழ்க்கை தான் பிற்காலத்தில் பிரெஞ்சு இலக்கிய உலகின் மகத்தான ஆளுமைகளுள் ஒருவரென்ற பெயரெடுக்கிறது. சார்த்துருவுடனும், கொக்டோவுடனும் சமமாக உட்கார்ந்து உரையாடுவதற்கான தகுதியையும் அளிக்கிறது. இது எப்படி நிகழ்ந்ததென்பது வியப்புக் குரியது. ழெனே கையாளும் மொழி வெகு சன இலக்கியம் சார்ந்ததல்ல. கதைப்பொருளையும், அதைச் சொல்ல நேர்ந்த வகைமையையும் வைத்து வெகுசன இலக்கியத்தின்பாற்பட்ட தெனச் சொல்லலாமே தவிர மொழிக்கட்டுமானம், நுண்மம், கூறுமுறைகள், துணை நாடக உத்தி ஆகியவற்றால் அவரது படைப்புகள் தீவிர இலக்கியத்தின்பாற் பட்டவை. ஆனாலும் அம்மொழி குறித்து வேறுவகை விமர்சனங்கள்: தீண்டத்தகாதவை, முகம் சுளிக்க வைப்பவை, சமூகநெறிகளுக்கு முரண்பட்டவை. கீழ்த்தரமான சொற்களென்று சமூகத்தால் தீர்மானிக்கப்பட்டவைகளுக்கு லாசரா மொழியில் அழகியல் உபசாரம். வாக்கிய ஒழுங்கும், இறுக்கமும், பிசகாத சொற்களும் தேர்ந்த கலைஞனுக்குச் சொந்த மானவை. எடுத்தாளப்பட்ட கருப்பொருட்களுக்கு – குற்றங்கள், ஓரினச்சேர்க்கை, பரத்தமை – பாரபட்சமற்ற நீதியை வழங்குகிறார்; பிற கருப்பொருட்களைப் போலவே அவையும் உன்னதமானவை என்கிறார். கொச்சைமொழி மற்றும் பேச்சுவழக்கை அப்படியே எழுத்தில் கொண்டுவருவதென்பது பிரெஞ்சுப் படைப்புலகைப் பொறுத்தவரை இவர் வருகைக்கு முன்பாகவே நிகழ்ந்துள்ளதற்கு சான்றுகளுள்ளன. அடுத்து அவற்றை எடுத்தாண்ட விதமும் பிரெஞ்சுப் படைப்புலகிற்குப் புதிதல்ல. முன்னோடிகளாகப் பல வெகுசன எழுத்தாளர்கள் இருந்திருக்கிறார்கள். இருந்தும் ழெனே கொண்டாடப்படுவதற்கான காரணம், அவை திணிக்கப்படுபவை அல்ல; கட்டமைப்பில் நிர்ப்பந்தங்களேதுமில்லை. பிரதியில் பிரித்துணர இயலாதபடி உள்வாங்கப்பட்டிருக்கிறது.

எந்த ஒரு மொழியிலும், கொச்சைச்சொற்கள் என்பன தவிர்க்கமுடியாதவை. சேரிகள், குற்றங்கள், தீச்செயல்புரிவோர் சொல்லாடல்கள் எனப்பெயர் பெற்று சமூகம் அவற்றுக்கான இடத்தைக் கீழ்நிலையில்தான் வைத்திருக்கிறது. உன்னத இலக்கியங்கள் எனப்படுபவை அச்சொற்களை நிராகரித்தே வந்திருக்கின்றன. இன்று தமிழுட்பட எல்லா மொழிகளிலும் கொச்சைச் சொற்களும் ஆபாசமும் இலக்கியத் தகுதியை எட்ட முயற்சிகின்றன. ஆண்பரத்தமை, தடுப்புக்காவல், சிறைவாசம் என்பது போன்ற பின்னணியை வைத்தே படைப்புகளும் விரிகின்றன. தொடக்கத்தில் குறிப்பிட்டதுபோன்று ழெனே அவற்றை உபயோகித்த காலம் வேறு. மற்றவர்களுக்கும் ழான் ழெனேவுக்கும் என்ன வேறுபாடு? இங்கே பலருக்கும் குறத்தியென்றால் பாசிமணிபோல கொச்சைச் சொற்கள். அருகிற் சென்றால் குமட்டலைத் தருகிற வீச்சம் வரும். தமிழில் கூடுதலாகவே வருகிறது. ழான் ழெனேவின் குறத்தியும் சரி, பாசிமணியும் சரி தொட்டுப்பார்க்கத் தூண்டுபவர்கள். வெட்கமறியாத ஆசைக்குக் காரணமாகிறவர்கள். வேட்கைகள் நொதிக்க மன ஆக்கிரமிப்பிற்கு அடிமையாவதை நம்மால் தவிர்க்க முடிவதில்லை.

○

இரசனையில் நேர்ந்த தவறு

ஆயிரம்பேர் வலியுடன் வந்தால் ஐந்துபேரைக் கூட அனுமதிப்பதில்லை என்கிற விதிமுறையைக் கறாராகப் பின்பற்றுகிறவர்கள் மேற்குலக பதிப்பகங்கள். எழுத்தாளர்கள் நல்ல செய்தி வராதா எனக் காத்திருக்கிறார்கள். அனுமதித்து சுகப்பிரசவம் என்ற செய்தி கிடைக்கிறது. தாயும் சேயும் நலமென்கிறார்கள். அடுத்து வேறொருவர் வருகிறார். இவருக்கு விமர்சகர் என்று பெயர். பிறந்த குழந்தையின் எடை, உயரம், ஆரோக்கியம் ஆகியவற்றைப் பற்றிய பாரபட்சமற்ற குறிப்பை எழுதுகிறார். இவர்கள் கணிப்பு பெரும்பாலும் தவறுவதில்லை. ஆரோக்கியமான குழந்தை மரிப்பதில்லை. தாய்க்கும் சந்தோஷம். ஒரு புதிய எழுத்தாளனுக்கு இலக்கிய இதழ் தரும் ஆதரவென்பது அவனது முதல் நூலுக்கு விமர்சகர்கள் தரும் மதிப்பெண்களைப் பொறுத்தது. இந்தப் புண்ணியவான்கள் கொண்டாடவும் தெரிந்தவர்கள்; காலில்போட்டு மிதிக்கவும் அறிந்தவர்கள். ஒரு புதிய எழுத்தாளனை, எந்த வரிசையில் நிறுத்தலாம், அவன் யாரைப்போல எழுதுகிறான், எதிர்கால இலக்கிய உலகில் அவன் பங்கு என்ன? என்றெல்லாம் தீர்மானிப்பவர்களாக அவர்கள் இருக்கிறார்கள். பிரான்சைப் பொறுத்தவரை 99 விழுக்காடு விமர்சகர்கள் எழுத்தாளர்களல்ல. எனவே சார்பற்ற அவர்களின் மதிப்பீடுகளுக்கு மரியாதை இருக்கின்றன.

புதிய புத்தகங்கள் இங்கே செப்டம்பர் மாதத்தில் அதிக எண்ணிக்கையில் வெளிவருகின்றன. பிரசுர

நாகரத்தினம் கிருஷ்ணா

வாய்ப்பிற்கும் உழைத்து; இலக்கிய விமர்சகர்களின் நன்மதிப்பை பெற்றாகவேண்டிய நெருக்கடிக்கும் புதியவர்கள் உள்ளாவதால் இவ்விளைஞர்கள் கடுமையாக உழைக்கவேண்டியிருக்கிறது. தனித்தன்மையை நிறுவவேண்டியிருக்கிறது. இன்றைய பிரச்சினை களை மையப்படுத்திய எழுத்துகளாகவே அவை இருக்குமென்ற எதிர்பார்ப்பும் வாசகர்களிடமிருக்கிறது. இணையதளம், சமூக உறவுகளில் வலைத்தளங்களின் பங்கு, பொருளாதார நெருக்கடி, அரபு நாடுகளில் எதேச்சதிகாரத்திற்கு எதிராக ஏற்பட்டுள்ள விழிப்புணர்வு போன்றவை உலகம் இதுவரை காணாத அளவில் அண்மையில் நடந்துள்ளன. எனவே புதிய இலக்கியங்கள் இக்கருப்பொருளை மையமாகக்கொண்டே எழுதப்பட்டிருக்குமென பரவலாக நம்பப்பட்டது. இதுபோன்ற தொரு பொதுவான எதிர்பார்ப்பை நிராகரித்து, தீவிரப் படைப் பென்பது பொதுநீரோட்டத்தோடு கலப்பதல்ல என்கிற கருத்தாக்கத்தை வலியுறுத்துவதுபோல இந்நாவல்கள் உள்ளன. குடும்பம், இயற்கை, ஒப்பீட்டளவில் தமது மூதாதைகளிடமிருந்து நினைவுகள், அடையாளங்கள் ஆகியவற்றில் அவர்களுக்குள்ள விலகல், இடைவெளி ஆகியவற்றைப்பற்றி இப்புதிய தலைமுறைப் படைப்புகள் பேசுகின்றன. சுயகதைகள், தன்முனைப்புடன் கூடிய பயணம் ஆகியவற்றை எழுதுபொருளாகக்கொண்டு கடந்த பத்தாண்டுகளில் நாவல்களின் பெயரை மட்டுமே நவீனப்படுத்திவந்த மூத்த பிரெஞ்சு எழுத்தாளர்களின் படைப்புகள் அவர்களுக்கு அலுப்பைத் தந்திருக்கலாம்.

La faute de goût (இரசனையில் நேர்ந்த தவறு) என்ற நாவல், பிரெஞ்சில் அண்மையில் வந்துள்ள ஒரு புனைவு. ஆசிரியர் ஓர் இளம் பெண்படைப்பாளி. முதல் நாவலுங்கூட. பெயர் கரோலின் லுனுவார். புனைவின் நாயகி மத்தில்து. மேட்டுக்குடியைச் சேர்ந்த இளம் வழக்கறிஞர். தற்கால இளம்பெண்ணுக்குரிய தேவைகளுக்கும் கடமைகளுக்கும் நேரத்தை ஒதுக்கியதுபோக அவ்வப்போது எப்படிப் போக்குவதென்று தெரியாமல் சில பொழுதுகளும் அவருக்குக் கிடைக்கின்றன – (எனக்குத் தெரிந்த பெண்மணி ஒருமுறை 'கொஞ்சம் நேரம் கிடைத்தது, அண்ணா ஹஸாரே உண்ணாவிரதத்திற்காக மெழுகுத்திரியை ஏற்றினேன்', என்றார்) இப்பெண்ணுக்கும் அதுபோல நேரம் கிடைக்கிறது என்று வைத்துக்கொள்ளுங்களேன். ஆகஸ்டுமாதம் 15ந்தேதி கிடைத்த வாரவிடுமுறையை குடும்பத்தினருடன் கழிப்பதென்று வந்திருக்கிறாள். செல்வாக்கான அக்குடும்பத்தைச்சேர்ந்த பலரும் கூடியிருந்த அம்மாளிகை, குடும்பத்தின் மூத்த உறுப்பினரான பாட்டி மற்றும் அவளுடைய சகோதரிகளின் அதிகாரத்தின் கீழ் இருக்கிறது. இடைக்கால பிரபுத்துவ மனநிலையில்

இருபத்தோராம் நூற்றாண்டிலும் வாழ்வை நகர்த்தும் குடும்பம். கூப்பிட்ட குரலுக்கு ஓடிவர ஏவலாட்கள், பணிப்பெண்கள், பணியாட்கள், தோட்டக்காரர், சமையல்காரரென ஒரு பட்டாளமே வீட்டிலிருக்கிறது.

மாளிகையின் நீச்சல் குளத்தில் குளிக்க வருகிறவளுக்கு புத்தனுக்கு உதித்ததுபோல ஞானோதயம். புத்தியில் ஏதோ உறைக்கின்றது. உலக நடப்புகளில் அக்கறையின்றியிருக்கும் தனது வாழ்க்கை குறித்து கேள்வி எழுகிறது. ஓய்வு கிடைக்கிறபொழுது இவளுக்கும் 'எதையாவது எதிர்த்துப்போராடலாம், கலகக்குரல் கொடுக்கலாம்' என்ற எண்ணம் துளிர்விடுகிறது. ஆனால் எதற்கு எதிராகப் போராடுவதென்ற கேள்வி எழுகிறபோது பதிலின்றி தடுமாறுகிறாள். இன்றைய இளைஞர் அல்லது இளம்பெண்களின் போராட்டம் எதற்காக இருக்கக்கூடும்? உறங்கும் நம் உணர்வுகளை உசுப்பக்கூடிய பிரச்சினைகள் எவை? தனது குடும்பம் தனது சுற்றமென்று செல்லரித்த குறியீடுகளிலன்றி பிறவற்றில் நாட்டமின்றியிருக்கும் பெண்ணொருத்தியின் இலட்சியத்தை வளர்த்தெடுப்பது எப்படி? 'பதினான்காம் லூயி காலத்து ஒரு ஜோடி நாற்காலிகள் (அவற்றை சொந்தமாக்கிக்கொள்ள நடத்திய யுத்தங்கள்), ஒரு நிலைக்கடிகாராம், இளமைமாறாதிருக்கும் ஒரு நிழற்படமென்று உருமாறிப்போன பாட்டியின் வழித்தடத்தில் இவளும் பயணிக்கப்போகிறாளா? என்ற கேள்விகள் அடுக்கடுக்காக வருகின்றன. ஆசிரியர் குறிக்கோளின்றியும் உயிர்ப்பின்றியும் வாழ்க்கையை நகர்த்தும் சக வயதினரை அங்கதத்துடன் விளாசுகிறார். முதல் நூலென்றாலும் சுருங்கக்கூறி விளங்கவைப்பதென்கிற முடிவை எடுத்திருக்கவேண்டும். கதைக்களன், மாளிகையை விட்டு வெளியில் வரவில்லை, எதைச் சொல்ல வேண்டுமோ அதைச் சொல்லியிருக்கிறார். பொதுவாக முதல் நாவல் எழுதுகிறபோது படித்ததனைத்தையும் சொல்லிவிடத் துடிப்போம். சொந்தத் தொழிலுக்காக சட்டம் பயின்றதைத் தவிர நாவலில் ஆசிரியரின் வேறு ஞானங்களை சந்தியில் நிறுத்தும் முயற்சிகளில்லை. எண்ணி நூறே நூறு பக்கங்கள். போதுமா? போதும். பக்கங்களில் என்ன இருக்கிறது; சொல்வதில் இருக்கிறது. சொல்லப்படும் பொருளில் இருக்கிறது. ஓடும் நீரில் துரும்புபோல மீள முடியாத தனது வாழ்க்கைத் தேர்வுகுறித்த மத்தில்து என்ற பெண்ணின் கவலையை நாமும் புரிந்துகொள்கிறோம். அவள் கையாலாத்தனத்தைக் குறித்து எரிச்சல் அடையவோ பரிதாபப்படவோ எந்தத் தகுதியும் நமக்கில்லையென்றுதான் சொல்லவேண்டும்.

இப்புனைகதைக்கு பிரான்சின் தெற்குப் பகுதியில் செல்வந்தர்கள் வாழும் குடியிருப்பொன்றில் நிகழ்ந்த சம்பவமும்

நாகரத்தினம் கிருஷ்ணா

அதை தினசரியில் வாசிக்க நேர்ந்ததும் காரணமென ஒரு பேட்டியில் நாவலாசிரியர் தெரிவிக்கிறார். அச்செய்தியின்படி, காலனிவாசியொருவர் குடியிருந்தவர்களுக்குப் பொதுவான நீச்சல் குளத்தில், காவல் பெண்மணியொருத்தியைக் குளிக்க அனுமதிக்கப்போக பிற காலனிவாசிகள் அதை எதிர்த்து உடனடியாக செயற்குழுவைக்கூட்டி கண்டிக்கிறார்கள். இச்சம்பவம் தன்னிடத்தில் ஏற்படுத்திய 'ஏன்? எதற்காக?' என்ற கேள்விகளுக்கான விடை தேடலே நாவலுக்கு மூலமென்பது அவர் தரும் விளக்கம்.

பொதுவாக நடுத்தர ஏழைவர்க்கத்தைச் சேர்ந்த குடும்பங் களில் இளம்வயதினருக்குள்ள இடம் செல்வந்தர் குடும்பங்களில் இருப்பதில்லை. அபரிமிதமான செல்வமும் அதைச் சம்பாதித்த அல்லது கட்டிக்காத்த வகைமையும் பெற்றோர்களுக்கு அடங்கிய பிள்ளையாக, பெண்ணாக இருப்பதே உகந்த வாழ்க்கை என்ற அடிமைச்சிந்தனைக்கு செல்வந்தப் பிள்ளைகள் தங்களை ஒப்படைத்துவிடுகிறார்கள். இத்தகைய ஒரு குடும்பத்தின் தலைமுறையாக, கதாநாயகியை நிறுத்தி கலகக்குரல் எழுப்பப் பட்டிருக்கிறது.

இறந்தகாலத்திலிருந்து நிகழ்காலத்திற்கு ஒன்றை எடுத்துச் செல்வதில் நேர்கிற உணர்வுச் சிக்கல்களிலிருந்து விடுபடுவது எப்படி? இணங்கிப்போவதா முரண்படுவதா? மனிதம் எட்டிய உயர்வு இணங்கியதால் நேர்ந்ததல்ல முரண்களால் உற்றது. மரபு – நவீனம்; பழமை – புதுமை இவற்றினை எதிரெதிர் நிலையிலிருந்து ஆதரிப்பதைத் தவிர்த்து, வெற்றி பெற்றவனாக உலாவர இவை இரண்டிற்குமிடையிலுள்ள தடத்தின் மேடுபள்ளங்களை அறிந்து நடக்கத்தெரிந்த சாதுர்யம் மட்டுமே போதுமா? இவற்றையெல்லாம் இயற்கை எழுதிய விதியெனச் சொல்லிவிட்டு உண்பது, உறங்குவ தென்று காலத்தைத் தள்ளலாமா? என்பதுபோன்ற வினாக்களுக்கு, செக்குமாட்டின் வாழ்க்கையைப் பற்றிய உண்மைகளைக் கதைப்படுத்தி ஆசிரியர் விடைதேடுகிறார்.

○

சிற்பங்களே எனது வார்த்தைகள் – படைப்புகளைக்கொண்டு எனது இருப்பை நியாயப்படுத்துகிறேன்

கபி க்ரெட்ஸ்

அவரைச் சந்திப்பதற்கு முன்பு அவரது குழந்தைகளைச் சந்திக்க நேர்ந்தது. முதல் சந்திப்பு ஒரு பிற்பகலில், ஜீவனுள்ள அந்திவெயிலின் திரைமறை வில், ஒரு தேவாலயத்தில் வைத்து நிகழ்ந்தது. அவரது குழந்தைகள் குழப்படியற்ற குழந்தைகள். பிரபஞ்சம் அங்கே படிமங்களாக உயிர்பெற்று அசைந்தது. மானுட உயிரியக்கத்தின் குறியீடுகளாக கபி க்ரெட்ஸென்ற கலைஞர் சமைத்திருந்த சிற்பங்கள் இருக்கக் கண்டேன். கலை நுணுக்கமும் அழகியல் பார்வையும் ஒருங்கே அமைந்த படைப்புகளென்று அவற்றைச் சொல்ல வேண்டும். அமைதியும் சன்னமான மின்சார ஒளியும் குடிகொண்டிருந்த சூழலில் நீந்தியபடி சிற்பங்களை வரிசையாக நண்பருடன் பார்த்து முடித்து நிமிர்ந்தபோது சிட்டுக் குருவி முணுமுணுப்பதுபோலக் குரல்கள். நண்பர் 'அவர்தான்' என்றார். எனக்குத் தயக்கமாக இருந்தது. நிழல்போல அவரைத் தொடர்ந்துசென்று பெண்மணி முன் நின்றேன். மொட்டவிழாத சிரிப்பு, கூர்மையான கண்கள். நெற்றியில் நிழல்போல் அசையும் தலைமயிர். எதிரிலிருப்பவர்களை உள்வாங்கி மனதிற்குள் பிசைந்து பிரதியெடுப்பது போன்ற பார்வை. நண்பர் ஓரிரு வார்த்தைகளில் அவருடைய சிற்பங்களை சிலாகித்துவிட்டு,

நாகரத்தினம் கிருஷ்ணா

இரண்டாவது முறையாக அவற்றைக் காணவந்த தமது நோக்கத்தை நியாயப்படுத்துகிறார். இதற்கிடையில் என்னைப் பற்றிய அறிமுகமும் நடந்து முடிகிறது.

சிற்பக் கலை மானுடத்தின் அழுத்தமான பிரதிகள். சொற்களை மறுதலித்து ஊமைமொழியில் உரையாடும் கலைவடிவங்களில் ஓவியமும் சிற்பமும் தன்னிகரற்றவை. ஓவியமும் சிற்பமும் ஒரே இனமென்றாலும் ஓவியத்தின் முப்பரிமாணவடிவமென்று சிற்பத்தைக் குறிப்பிடலாம். தொடு உணர்வை சிற்பக் கலையினும் பார்க்க வேறொன்றால் கச்சிதமாகவும், நேர்த்தியாகவும் சொல்ல முடியுமென்று நினைக்கவில்லை. ஏனையக் கலைகளைக் காட்டிலும் சிற்பக்கலையுடன் ஒரு நெருக்கத்தை நம்மால் ஏற்படுத்திக்கொள்ள இதுவே காரணமென்று நினைக்கிறேன். சிற்பக் கலைக்குள்ள மற்றொரு சிறப்பு இவர் அவரைப்போல, அந்தச் சிற்பத்தைப்போலவென்று ஒரு கலைஞரை அவரது படைப்பை மற்றொருவருடனோ, பிறிதொரு படைப்புடனோ போகிறபோக்கில் ஒப்பீடுசெய்வதில் சங்கடங்களுண்டு. சிற்பக் கலைஞனும் சரி அவனது படைப்புகளும் சரி தனித்தவை.

கலைஞர் கபி க்ரெட்ஸ் நவீன கற்பனையுடன்கூடிய வெண்களிமண்ணிலான சுடுமண் சிற்பங்கள் வடிப்பதில் தேர்ந்தவர். அவரது சிற்பங்களைக் காணும் சந்தர்ப்பத்தை ஏற்படுத்தித் தந்தவர் சேவியர் என்ற நண்பர். இருவரும் கடந்த அக்டோபர் மாதத்தில் ஒருநாள் பாரீசிலிருந்து திரும்பிக்கொண்டிருந்தோம். பேச்சுக்கிடையில் 'கிருஷ்ணா! ஸ்ட்ராஸ்பூர் அருகில் சிற்பக் கண்காட்சியொன்று நடைபெறு கிறது. நீ அதை விரும்புவாய் என்று நினைக்கிறேன், ஆகையால் இருவருமாகச் சென்று பார்த்து வருவோம்', என்றார். அண்மை யில் ஓவியக் கண்காட்சியொன்றிற்குச் சென்று மனம் ஒன்றாமல் ஏமாற்றத்துடன் உதிர்த்த எனது வார்த்தைகளுக்கு நிவாரணம் தேடுகிறார் நண்பர் என்பதாக அப்போதைக்கு நினைத்துக் கொண்டேன். அருங்காட்சியகங்களுக்குப் போகிறபோது சிற்பங்களையும், ஓவியங்களையும் பார்க்கின்ற சந்தர்ப்பம் வாய்ப்பதுண்டு. பொதுவில் அனைவரையும் போலவே கூடுதலாக நேரம் எடுத்துக்கொண்டு அவசரமின்றி நிதானமாக அவற்றைப் பார்க்க நேரும். அம்மாதிரி நேரங்களில் 'நீங்கள் பொறுமையாகப் பாருங்கள்' எனக் கூறிவிட்டு, கிடைக்கிற இடத்தில் அலுப்புடன் எனது மனைவி உட்கார்ந்துவிடுவாள். அநேகத் தருணங்களில் ஓவியம் மற்றும் சிற்பக் காட்சிகள் எங்கள் திட்டத்தில் இடம்பெறாமல் போவதுண்டு. நண்பர் தான் கண்ட காட்சியை, தமக்கு நேர்ந்த அனுபவத்தை எனக்கும் எப்படியாவது

ஏற்படுத்தித் தருவதென்று தீர்மானித்துவிட்டதால் ஒரு ஞாயிற்று கிழமை அவரும் நானுமாக கபி க்ரெட்ஸ் சிற்பங்களைப் பார்ப்ப தென்று முடிவெடுத்துச் சென்றோம். கபி க்ரெட்ஸ் என்ற பெண் சிற்பக்கலைஞரின் நுணுக்கமான உணர்வுகளை அவர் படைத்திருந்த சிற்பங்களுடாகப் புரிந்துகொள்ள வாய்ப்பமைந்தது இப்படித்தான்.

மானுடத்தின் வழித்தடங்களை, உயிர்வாழ்க்கையின் உள்ளுணர்வை சிற்பங்களுடாக நம்மிடம் பகிர்ந்துகொள்ள கபி க்ரெட்ஸ் அகத்தில் கால்கடுக்க வெகுதூரம் நடந்திருக்கவேண்டும். பல்வேறு கருப்பொருளில் மனித உயிர்களை இரத்தமும் சதையு மாக ஒரு சிற்பக் கலைஞருக்கேயுரிய கவி உள்ளத்துடன் வடிவமைத்திருக்கிறார். ஆரம்பம், உறவு, துன்பம், வழித்தடம், வழிகாட்டி, மகோன்னதம், ஒளி, சக்தி, மூச்சு, திசைமயக்கம் போன்றவை அவரது கருப்பொருட்களில் சில. வடிவங்கள் தோறும் தம்மையும் இணைத்துக்கொண்டு, ஆன்மீகத் தேடலை கலைஞர் தமது சிற்பங்களுடாக நிகழ்த்தியிருந்தார். மனித குணத்தின் ஓட்டைகளையும், விரிசல்களையும் வென்ற நிம்மதியையும் எட்டிய அனுபூதி நிலையையும் சிற்பங்களின் முகத்தில் – காணமுடிந்தது. பனித்த கண்கள், புன்னகை பூத்த உதடுகள், சிரைத்த தலை என்ற பொது இலக்கணம் கொண்டு சிற்பங்கள் இருந்தன. அச்சிற்பங்கள் அனைத்துமே ஏகாந்த பிரதிகள். ஆனால் அவர்கள் ஒருவராக, இருவராக, மூவராக, கும்பலாக நின்று மானுடவாழ்க்கையின் இரகசியங்களை முணுமுணுக்கிறார்கள். சிற்பங்களில் பலர் பௌத்த பிட்சுகளாக எனக்குத் தெரிந்தார்கள். பிட்சுகள் இடைக்காலக் கிறித்துவ மடாலயத்திற்குள் பிரவேசித்திருப்பதுபோல உணர்வு. ஓர் இந்தியனென்ற வகையில் அச்சிற்பங்களை பரப்பிரம்மங்களாகக் கண்டேன். எத்தனை யுகங்கள், ஊழிக்காலங்கள் வரினும் போயினும் நிலைபேறுடைய கடைபேருண்மையை சுமக்கும் சிற்பவடிவங்கள் அவை. அவரது படைப்புகளை ஒரு தேவாலயத் தின் பின்புலத்தில் காட்சிப்படுத்தியமைக்குப் பிரத்தியேகக் காரணங்கள் இருக்கமுடியுமா என்ற கேள்வி எழுந்தது. அமைதி குடிகொண்டிருக்கும் எந்தச் சூழலும் அச்சிற்பங்கள்வழி உணர்த்தப் படும் உண்மைகளுக்குப் பொருத்தமாகவே இருக்குமெனத் தோன்றியது. எனவே அவரைக் குறிப்பிட்ட மதத்துடன் இணைத்துப் பார்க்க சங்கடப்பட்டேன். "எனது படைப்பு மாந்தர்கள் பெரும்பாலும் கண்களை மூடி, தியானத்தில் ஆழ்ந்து அக உலகத்தில் மூழ்கிய ஆன்மீக மனிதர்கள். அவர்களை அறிமுகப்படுத்த தேவாலயச் சூழல் ஒத்ததாக இருக்கிறது. மற்றபடி மதம் அல்லது கோட்பாடு என்ற முத்திரையின் கீழ்

          நாகரத்தினம் கிருஷ்ணா

எனது படைப்புகளை அடையாளப்படுத்த விருப்பமில்லை, பிரபஞ்சத்தின் குறியீடுகளென சொல்லிக்கொள்ளவே விருப்பம்", என்ற கபி க்ரெட்ஸின் கறாரான பதில் எனது அனுமானத்தை உறுதிப்படுத்துவதாகவே அன்று அமைந்தது.

கலைஞர் கபி க்ரெட்ஸை மீண்டும் நண்பரும் நானும் அவரது கலைக்கூடத்தில் சென்று சந்தித்தோம். உரையாடலின்போது சிற்பக்கலையில் அவருக்கு ஏற்பட்ட ஆர்வம், சிற்பத்தைப் படைக்கிற போது மனதிலுதிக்கும் எண்ணங்கள் அதற்கான காரணங்கள் எனப் பொதுவாகச் சில கேள்விகளை முன்வைத்தேன். கபி க்ரெட்ஸ் சித்திரக் கலை, ஓவியம் தீட்டுதல் என ஆர்வங்கொண்டிருந்த மிக அடக்கமான கிராமத்துப்பெண். தொடக்கத்தில் தனதிருப்பைப் பிறருக்குணர்த்த ஓவியங்களும் சித்திரங்களும் தேவையாய் இருந்தன என்றார். "வெண்களிமண்ணில் சிற்பங்களை உருவாக்குகிறபோது ஆரம்பம் முதல் முடிக்கின்றவரை எனது உணர்வுகளை குறையின்றி அதனோடு பகிர்ந்துகொள்ளும் மனநிலைக்கு ஆளாகிறேன். அவ்வுணர்வுகளை முழுமையாக வெளிப்படுத்தவும் முடிகிறதென்று பரிபூரணமாக நம்புகிறேன். பரபரப்புடன் இயங்கும் உலகச்சூழலில் நம்முள் நிதானத்தையும் அமைதியையும் தேடவேண்டியவர்களாக இருக்கிறோம். சிற்பக்கலை அதற்கு வழிவகுக்கிறது", என்ற பதிலில் எனது பல கேள்விகளுக்கு விடைகள் கிடைத்தன. இளமை முதற்கொண்டு கலைகளில் இருந்த ஆர்வத்தினால் ஒற்றைப் பெண்ணாக இத்தாலிக்குப் புறப்பட்டுப் போனார். அங்குதான் சுடுமண்வகைச் சிற்பங்களில் அவருக்கு காதல் பிறக்கிறது. சிற்பக் கலையைப் பயில ரோம் நகர வீதிகளில் குருவைத் தேடி அலைந்திருக்கிறார். அப்படிக் கிடைத்தவர்தான் *The Name of the Rose* போன்ற திரைப்படங்களில் பணியாற்றிப் பெரும் புகழ்பெற்றிருந்த *Filomeno Crisara.* அவரிடம் குருகுலவாசம். இன்று கபி க்ரெட்ஸ் ஒரு தேர்ந்த சிற்பக்கலைஞர். வருடம்தோறும் உலகின் பல பாகங்களுக்கும் சென்று கண்காட்சிகளை நடத்திவருகிறார். "விரல்கொண்டு ஓவியம் தீட்டுவதைக்காட்டிலும் கைகொள்ள களிமண்ணையெடுத்து உருவங்கள் சமைப்பதில் கூடுதல் மகிழ்ச்சி கிடைக்கிற"தென்று உரையாடலின்போது அவர் தெரிவித்த வார்த்தைகள் பேரின்பத்தில் உய்யும் நிலை.

○

தாதாயிஸம் – மீயதார்த்தவாதம் சந்திப்பு

சுவிஸ் – ஜெர்மன் எல்லைக்கருகே பிரான்சின் தென்கிழக்கிலுள்ள சிறு நகரம் சேன் லூயி (*Saint Louis*). பல நேரங்களில் மேற்கத்திய நாடுகளில் கிராமம், சிற்றூர், பேரூர், நகரம், மாநகரம் எனக் கூறப்படுபவற்றோடு நம் கிராமங்களையோ அல்லது நகரங்களையோ இணைத்துப் பார்க்கவியலுமா என யோசிப்பதுண்டு. விவசாயம், குறைவான மக்கட் தொகை இவைதான் கிராமத்திற்கான அடிப்படை இலக்கணமெனில், உலகில் எங்கிருந்தாலும் கிராமமே. மக்களின் வருவாய், போக்குவரத்து, சுகாதாரம், வாழ்க்கை வசதிகள் எனப் பார்க்கிறபொழுது, மேற்கத்திய கிராமங்கள் வேறுபடுகின்றன. நான் வசிக்கும் ஸ்ட்ராஸ்பூர் நகரிலிருந்து சேன் லூயிக்குச் செல்ல அதிகபட்சமாக ஒன்றரைமணி நேர வாகனப் பயணம். இரயிலென்றாலும் பயண நேரமென்பது அவ்வளவுதான். கடந்த சில மாதங்களாக திடீரென்று இந்நகரத்தோடு நெருக்கமாக இருக்கிறேன். மனித உறவுகள்போல, சில நேரங்களில், ஊர்களுடனான சந்திப்பும் நேருகிறது. ஆர்வத்தோடு பழகுகிறோம். சந்திப்பின் தொடக்கத்தில் மனிதர்களைப் போலவே ஊர்களும் அலுப்பதில்லை. சேன்–லூயி நகரத் துடன் முகமன் கூறவும் பின்னர் தொடர்ந்து உரையாடி மகிழவும் காரணமாக இருந்தவள் இளைய மகள். உயிர்வேதியியலை முடித்திருந்த எனது இளையமகளுக்கு கடந்த நவம்பர் மாதத்தில் ஒரு பன்னாட்டு நிறுவனத்தில் அங்கே வேலை கிடைத்திருக்க சேன்–லூயி நகருக்கு மாதத்திற்கொரு

நாகரத்தினம் கிருஷ்ணா

முறையேனும் செல்லவேண்டியிருக்கிறது. இரு கிழமைகளுக்கு முன்பாக அங்கு சென்றபோது செய்தித்தாளில் ஒரு விளம்பரம்: 'ஃபெர்னெ – பிராங்க்கா' சமகால ஓவியக்கூடத்தில் *(Fernet-Branca Espace D'art Contemporain) 'Chassé-Croisé : Dada- surréaliste 1916–1969* ஜனவரி–15 – ஜூலை 1 –2012' என விளம்பரப்படுத்தியிருந்தார்கள். "தாதா – மீயதார்த்தச் சந்திப்பு அல்லது சங்கமம்' – என்ற பெயரில் நடை பெற்றுக்கொண்டிருந்த ஓவியக் காட்சியைப்பற்றி அதில் பேசப்பட்டிருந்தது.

'*Chassé-Croisé*' என்ற சொல்லுக்கு பரிவர்த்தனை, சந்திப்பு என்று பொருள்கொள்ளலாம். தாதாக்களும் மீயதார்த்தவாதிகளும் படைப்பிலக்கியத்தில் குறிப்பாக கவிதைகளில் புது முயற்சிகளில் இறங்கியதை அனைவரும் அறிவோமென்றாலும் ஓவியமும் சிற்பமுமே கூடுதலாக கவனம் பெற்றன. கண்காட்சியில் இடம்பெற்றிருந்தவை மொத்தம் 98 கலைஞர்களின் 300 படைப்புகள். தகவல் உபயம், நுழைவாயிலில் பார்வையாளருக்கென வழங்கப்பட்ட பிரசுரம். இப்படைப்புகள் அனைத்தும் பாரீஸைச் சேர்ந்த ஒரு தம்பதியினருக்குச் சொந்த மென அங்கிருந்த பெண்மணி கூறினார். விலைமதிப்பற்ற ஓவியங்களை பொதுமக்கள் பார்வைக்கு வைத்தவர்கள் (கட்டணம் 7 யூரோ) தங்களை இன்னாரென்று காட்டிக்கொள்ள விருப்பமில்லையாம். முன்னூறு படைப்புகள் இருக்குமா எனத் தெரியாது. வெளியே வந்தபோதுதான் எண்ணிப் பார்க்காதது ஒரு குறையாக உறுத்தியது. ஒரு வசதிக்காக மொத்தம் 300 படைப்புகள் என்று கணக்கு வைத்துக்கொண்டே தொடருகிறேன். இம்முன்னூறு படைப்புகளையும் ஒன்பது கூடங்களில் பிரித்து காட்சிப்படுத்தியிருந்தார்கள். தாதாக்களில் ஆரம்பித்து மீயதார்த்தவாதிகளின் ஓவியங்கள் சிற்பங்கள் என்று ஒரு பிரிவு. மாயை – புதிர் என்கிற *Esotericism* வகை சார்ந்த ஓவியங்கள் எனும் பிரிவும் அங்கே இருந்தது. பின்னர் நிழற்படங்களில் புதுமைகளை சாதித்தவர்களின் படைப்புகளும் இருந்தன.

கபாரே வொல்த்தேர்:

தாதா இயக்கம் உருவான இடம் கபாரே வொல்த்தேர் *(Cabaret Voltaire).* கபாரே என்னும் சொல்லுக்கு இரவுக் கேளிக்கைக்கான இடமென்று பொருள். சுவிஸ் நாட்டின் ஜூரிச் நகரில், கிழடுதட்டியிருந்த மரபுகளில், ஆயாசப்பட்டுக் கிடந்த இளம்கலைஞர்களில் சிலர் இரவு நேர பார்களில் அவ்வப்போது நுழைந்து விடியவிடியக் குடித்துக் கூத்தடித்துவிட்டுத் திரும்புவது வழக்கம். தங்கள் குழுவுக்கு 'கபாரே பந்தாகுருவெல்' என ஆரம்பத்தில் பெயரிட்டிருந்தனர். பந்தாக்குருவெல் என்பவன்

பிரெஞ்சுக் கவிஞர் ரபலெ கவிதையில் வருகிற ஒரு குண்டோதரன். இப்பெயர்கூட பின்னாளில் அலுத்திருந்தது. சோதனைபோல முதல் உலகப்போர் மும்முரமாக நடந்துகொண்டிருக்க, போர்க்கால அவலங்களுக்கு சாட்சிகளாக இருப்பது இளம் கலைஞர்களின் மனதைப் பிசைந்தது. 1916ஆம் ஆண்டு பனி கொட்டிக்கொண்டிருந்த ஓர் இரவு. பிப்ரவரி மாதம் தேதி 5. இளம் கலைஞர்கள் ஒரு குழுவாக ஜூரிச் நகரின் வீதியில் இரவு விடுதி ஏதேனும் திறந்திருக்கிறதா எனத் தேடிக்கொண்டிருந்தார்கள். ஒரு சிறிய 'பப்' திறந்திருக்க, நண்பர்கள் கூட்டம் நுழைந்தது. யுகொ பால் என்ற இளைஞர் 'பப்' பின் முதலாளியிடம், "நண்பர்களுடன் வந்திருக்கிறேன், எங்களுக்கு மட்டும் தனியாக ஓர் கூடமிருந்தால் அரட்டை அடிக்க வசதியாயிருக்கும், பிற வாடிக்கையாளர்களுக்கு தொந்தரவு இருக்காது", என்றிருக்கிறார். முதலாளி யோசித்தார், "பின்பக்கம் சிறியதொரு இடமிருக்கிறது, வேண்டுமானால் பயன்படுத்திக்கொள்ளுங்கள், என்னைக் குறைசொல்லக்கூடாது", என திறந்து விட்டிருக்கிறார். அவ்விடத்திற்கு, "கபாரெ வொல்த்தேர்" என்று பெயர் சூட்டினார்கள் நண்பர்கள். பிரெஞ்சு தத்துவாதியான வொல்த்தேர் பெயர் அவர்களுக்குப் பொருத்த மானதாக இருந்தது. ஆனால் தாதா என்ற பெயரை அதே இடத்தில் மூன்றாம் நாள் அறிவித்து கொண்டாடுவோமென அவர்கள் அப்போது நினைக்கவில்லை.

தாதாக்களும் மீயதார்த்தவாதிகளும்

முதல் உலகப்போரின்போது தாதா (Dada)க்கள் என அழைத்துக்கொண்டவர்களுக்கும் அறுபதுகளில் தங்களை மீயதார்த்தவாதிகளென அழைத்துக்கொண்டவர்களுக்குமுள்ள வேறுபாடு மயிரிழைதான். முதல் உலகப்போரும் அதன் விளைவுகளும் ஐரோப்பிய மண்ணிலும் அம்மக்களின் வாழ்வாதாரங்களிலும் ஏற்படுத்தியிருந்த சிதைவுகள் அலட்சியப் படுத்தக்கூடியதல்ல. பாதித்திருந்த கலைஞர்களில் ஒரு பிரிவினருக்கு ஆதிக்க அரசியல் காயப்படுத்திய மானுட இனத்திற்கு அவசர சிகிச்சை, காலத்தின் நிர்ப்பந்தமாக இருந்திருக்கிறது. தங்கள் அபயக்குரலுக்கு மேடை தேடிகொண்டிருந்த காலம் அது. தங்களின் இம்முயற்சியை சிறுபிள்ளைத்தனமான, வரம்பு மீறிய, எள்ளலுக்குரிய, குறும்புத்தனமானதென்று கூறிக்கொள்ளும் துணிச்சலும் அவர்களுக்கிருந்தது. இக்கலைஞர்கள் வரம்பற்ற சுதந்திரத்தைக் கனவு கண்டவர்கள். அவர்களுடைய கனவை நனவாக்க கைக்குக் கிடைத்தவற்றையெல்லாம் படைப்பாக மீட்டெடுத்தனர். தாதா இயக்கம் பிறந்தது. பிறந்த ஆண்டு 1916. கவிஞர்கள் யுகோ பால் (Hugo Pal), திரிஸ்டன் ஸாரா (Tristan Zara),

நாகரத்தினம் கிருஷ்ணா

ஓவியர்கள் ழான் அர்ப் (*Jean Arp*), மர்செல் ழான்கோ (*Marcel Janco*), சோஃபி டபர் அர்ப் (*Sophie Tauber Arp* – இவர் ழான் அர்ப்பின் மனைவி) ஆகியோர் இணைந்து செய்த புரட்சியென கூறவேண்டும். ஜூரிச்சில் '*Spiegelgasse*' என்ற மதுச்சாலையில் மரபுகளுக்கு எதிரான தங்கள் கலகக்குரலைப் பதிவு செய்தார்கள். கலை கல்வி இலக்கியத்தில் பயணம் செய்தவர்களை வழமையான பாதையிலிருந்து விலக்கி கண்களை மூடிக்கொண்டு திசையின்றிப் பயணிக்க இந்த இளைஞர்கள் ஊக்குவித்தார்கள்.

மழலை மொழியில் 'தாதா' (*Dada*) என்றால் குதிரை (நம்மூர் தாதாக்கள் வேறு). இவர்கள் தூரிகையைக் கையில் பிடித்தவர்கள். தங்கள் படைப்புக்கே பொருள் தேடவேண்டாம் என்றவர்கள், 'தாதா'வென தங்கள் கலைப்புரட்சிக்குப் பெயரிட மழலைகளின் 'தாதாவை' தேர்வு செய்தது எதிர்பாராமல் நிகழ்ந்தது. முதன் முதலாக இயக்கத்திற்கு பெயர்வைக்கத் தீர்மானித்தவர்கள், அகராதியைப் புரட்டினால் என்ன பெயர் கண்ணிற் படுகிறதோ அதனை வைப்பதென முடிவெடுத்தார்கள். 'தாதா' என்ற சொல் கண்ணிற்பட, 'தாதா' இயக்கம் பிறக்கிறது.

"தாதா இயக்கத்தின் படைப்புகளுக்குப் பொருள்தேடும் முயற்சி வேண்டாம்; அதற்காக, பொருளற்றதெனவும் எண்ண வேண்டாம். இயற்கையைப்போல இதுதானென தாதாவுக்கும் பொருள்கொள்ளமுடியாது. ஆக தாதா சுயமான, மரபுக்கு எதிரான கலை", என்றார் ழான் அர்ப். ஓவியர், சிற்பி, கவிஞரென மூன்று அவதாரங்களை எடுத்தவர் இவர். பிறந்தது வாழ்ந்தது, ஓவியம் பயின்றதென மூன்றும் ஸ்ட்ராஸ்பூர் நகரை மையப்படுத்தியது.

"தாதா' என்பதற்கு ஒரு பொருளுமில்லை. (*Dada ne signifie rien*) – அவன் வழிவழியாய் நிலவிவரும் நெறிகளுக்கும், பொதுவில் பலரும் ஏற்றுக்கொண்ட வழிமுறைகளுக்கும் பகைவன். இதுதான் நெறியென்ற வழி காட்டுதலுக்கு எதிரானவன். தாதா எனில் கேலிக்கூத்து என்பதோடு, பதின்பருவத்தினரின் சகிக்கவொண்ணா வலியுமாகும். . ." என்கிறார் திரிஸ்த்தன் ஸாரா.

தாதாக்களுக்குப் பிறகு வேறுவகையாகக் கலகக் குரல்கள் கேட்டன. அவர்கள் மீயதார்த்தவாதிகள் எனத் தங்களை அழைத்துக்கொண்டபோதும், இரு தரப்பினருமே மரபுகளுக்கு எதிராவனவர்கள். இவர்களுக்குக் கலையென்பது எதார்த்தத்தை பிரதிபலிப்பது மட்டுமல்ல; கனவுகளைத் தீட்டுவது. பரவசம், வியப்பு, தற்செயல்களால் கட்டமைக்கப்படுவது. மீயதார்த்தவாதத்தின் நதிமூலம் தாதா இயக்கம். தாதா இயக்கத்திற்கு ஜூரிச் பிறப்பென் றால் மீயதார்த்தத்திற்கு பாரீஸ் பிறந்த மண். தாதா இயக்கம் முதல் உலகப்போர் தீவிரமாக நடந்துகொண்டிருந்தபோது

உருவானதெனில், மீயதார்த்தவாதம் யுத்தம் முடிந்த பின்னர் உருவாயிற்று. இரண்டுக்குமே அடிப்படையான காரணம் யுத்தம்.

மீயதார்த்தவாதம் அகராதியில் அதுவரை இடம்பெற்றிராத சொல். பிரெஞ்சுக் கவிஞர் அர்த்துய்ர் ராம்போ சிந்தனையிலுதித்த புதிய படைப்புக் கருத்தியத்தின் (ஒவ்வொரு பொருளுக்கும் வேறு முகமுண்டு) அடிப்படையில் 1917ஆம் ஆண்டு பிக்காஸோவின் கற்பனையிலுதித்த ஓவியங்களைக் கண்ட மற்றொரு பிரெஞ்சுக் கவிஞரான அப்பொலினோ் அவைகளை மீயதார்த்தவகைப் படைப்புகளென வர்ணிக்கிறார். ஆனால் மீயதார்த்தத்தை ஓர் இயக்கமாக வளர்த்தெடுத்தவர் மற்றொரு பிரெஞ்சுக் கவிஞர். பெயர் ஆந்தரே பிரெத்தோன் ('André Breton).

இலக்கியம் என்னும் இதழில் 1922ஆம் ஆண்டு ஆந்தரே பிரெத்தோன் எழுதுகிறார்: "தாதா இயக்கமென்றில்லை— இனியெதுவுமே நமக்கு வேண்டாம், எல்லாவற்றையும் கைகழுவு வோம்." ஆனால் பிரெத்தோன் இம்முடிவினை எடுக்க பலகாலம் காத்திருந்திருக்கிறார். ஆண்டுகள் பலவாக அவருடைய இலக்கிய பிதாக்களில் சிலர் மெல்ல மெல்ல இம்மாற்றத்தை அவர் மனதில் விதைத்து வந்திருக்கிறார்கள். மீயதார்த்தவாதம் என்றதும் இரண்டு பெயர்கள் உடனடியாக நினைவுக்கு வருகின்றன. முதல் உலகப்போரின் சூத்திரதாரியான கிய்யோம் (ஆங்கிலத்தில் வில்லியம்) கெய்சர் என்கிற ஜெர்மன் முடியாட்சியின் இறுதி வாரிசு ஒருவரெனில் மற்றவர் கிய்யோம் அப்பொலினோ் என்னும் பிரெஞ்சுக் கவிஞர். முதல் உலகப்போர் ஜெர்மன் நாட்டின் தோல்வியில் முடிய, கிய்யோம் கெய்சர் 1918ஆம் ஆண்டு நவம்பர் 9ந்தேதி மகுடத்தைத் துறக்கிறார். அதே தேதியில் பாரீஸ் நகரில், புல்வார் சேன்–ழெர்மன் வீதியில் 202 எண் இல்லத்தில் போரின்போது தலையில் குண்டடிபட்டிருந்த கிய்யோம் அப்பொலினோ் உயிர் துறக்கிறார். இறந்தபோது கவிஞருக்கு வயது 38. ஜெர்மன் கிய்யோம் கெய்சர் வீழ்ச்சியைக் கொண்டாடிய பிரெஞ்சு மக்கள் தங்கள் கவிஞர் கிய்யோம் இறந்திருப்பதை அறியாமலேயே "கிய்யோம் ஒழிந்தான்" என மகிழ்ச்சிபொங்க பாரிஸ் நகரவீதிகளில் கொண்டாடுகிறார்கள். இச்சம்பவத்தையே ஒரு மீயதார்த்தக் காட்சியாக சித்தரிக்கலாம். யுத்தத்தின் முடிவில் வெற்றியைக் கொண்டாடவோ, பழிவாங்கும் உணர்வோ கவிஞர் அப்பொலினோருக்கு இல்லை. கவிதையொன்றில்:

"வெற்றியென்பது / தொலைநோக்கும் / அண்மித்த பார்வைக்கும் உரியது/அதுவன்றி/இவற்றிற்குப் புதிதாய் / ஒரு பெயருமுண்டு" எனக் குறிப்பிடுகிறார்.

 நாகரத்தினம் கிருஷ்ணா

'*Les Mamelles de Tiresias*' என்ற நாடகத்தின் முன்னுரையில் அப்பொலினேர், "மனிதன் தான் 'கால்களால்' நடப்பதை வேறுவகையில் வெளிப்படுத்த வேண்டுமென விரும்பியபோது, தோற்றத்தில் கால்களைப் போன்றிராத சக்கரங்களை உருவாக்கினான். மீயதார்த்தத்தை அறியாமலே, மனிதன் அதனை நடைமுறைப்படுத்தினான்" என்கிறார். வெற்றி குறித்து கவிஞர் அப்பொலினேரின் கருத்தியத்திற்கு வலுவூட்ட இளைஞர்களில் சிலர் முன்வந்தனர். அவர்களில் இருவர் – ஆந்தரே பிரெத்தோன், பிலிப் சுப்போ. கவிஞரை 'ஃப்ளோர் கபே' என்கிற சிறுவிடுதியில் அடிக்கடி சந்திப்பது இவர்களின் வழக்கம். அப்பொலினேர் இறந்தைக் கேள்விப்பட்டதும் பிரெத்தோன் தனது நண்பரும் கவிஞருமான லூயி அரகோனுக்கு எழுதுகிறார்:

'ஆனால் கியோம் / அப்பொலினேர் / சற்றுமுன் இறந்தா' ரென்று அந்த ஹைக்கூ வடிவம் பெற்றிருந்தது. இக்கவிதையில் மீயதார்த்தத்தின் தோற்றுவாயும் எழுதப்பட்டிருப்பதாக படைப்பிலக்கியவாதிகள் கூறுகிறார்கள். அப்பொலினேர் மீயதார்த்தவாதமென்ற சொல்லுருவாக்கத்தின் தந்தையெனக் கருதப்படினும் அவருடைய கவிதைகள் மரபுகளிலிருந்து விடுபடாதது முரணாகக் கொள்ளப்பட்டது. அவரது இறப்பு சீடர்களுக்கு முழுச்சுதந்திரத்தைக் கொடுக்கிறது. மீயதார்த்தவாதம் பிறக்கிறது. குருவின் இறப்பு சீடர்களுக்கு மீயதார்த்தத்தை முன்னெடுத்துச்செல்லக் கிடைத்த சமிக்கை. அரகோன் (*Louis Aragon*), பிரெத்தோன், சுப்போ (*Philipe Soupault*) ஆகிய மூவர் கூட்டணியோடு எலுவார் (*Eluard*) என்பவரையும் சேர்த்துக் கொள்ள வேண்டும். நால்வரும் இருபத்தைந்து வயதிற்கு குறைவான இளைஞர்கள், முதல் உலகப்போரில் பங்கெடுத்தவர்கள். அந்நேரத்தில் நாட்டிலிருந்த படைப்பாளிகள் பலரும் தேசியம், காலனி ஆதிக்கம், இனவெறி என்ற பொருளில் படைப்புலகில் கவனம் செலுத்த "மனித மனத்தின் எண்ணங்களை உள்ளது உள்ளவாறு இயற்பியல் நியதிக்கு அப்பாற்பட்ட களங்கம் ஏதுமற்ற தானியங்குமுறையில் தெரிவிப்பது" (*Manifeste du surréalisme -1924*) என மீயதார்த்தத்திற்கு விளக்கமும் கொடுக்கப்பட்டது.

மீயதார்த்தத்தைப் புரிந்துகொள்ள 'அழகான சடலம்' (*cadavre exquis*) என்ற ஒன்று போதும். இவ்விளையாட்டின்படி 'அடுத்த வாக்கியம் பற்றிய அக்கறையின்றி எதையாவது எழுதி, பின்னர் ஒன்றுசேர்த்தல்.' இலக்கியம், ஓவியம் என அனைத்துப் பரிமாணங்களிலும் 'அழகான சடலம்' அடையாளம் பெற்றது. பிற இயக்கங்களைப்போலவே மீயதார்த்தவாதமும் முடிவுக்கு வந்தது. அம்முடிவு எப்போது எப்படி நிகழ்ந்ததென்பது

குறித்து விவாதங்கள் இருக்கின்றன. ஒருமித்த கருத்துகளில்லை. உலகெங்கும் மீயதார்த்த அடிச்சுவட்டில் வேறு இயக்கங்கள் தோன்றவும் செய்தன. ஆனால் ஆந்தரே பிரெத்தோன் இறந்தபிறகு மீயதார்த்தவாதம் அநாதையாயிற்று.

இவ்வியக்கங்களில் பெண்களும் தீவிரமாகப் பங்கேற்றிருக் கின்றனர். அவ்வகையில் அன்று 16 பெண்களின் ஓவியங்களைக் காணமுடிந்தது. ஆண் படைப்பாளிகளுக்கு ஈடான புகழை அவர்கள் எட்டவில்லையென்றாலும் அவர்களின் படைப்புகள் ஆண்களின் படைப்புக்குச் சற்றும் குறைந்தவையல்ல. குறிப்பாக ஜேன் கிரேவ்ரோலின் (Jane Gaverolle) Le Démon Mesquin (குட்டிச் சாத்தான்), போனா (Bona Tibertelli de Pisis) என்பவரின் Le Chef d'Etat (அதிபர்) ஆகியவை முக்கியமானவை.

சேன் – லூராயி கண்காட்சி ஏழு கூடங்களில்: 1. குறிப்பிடத் தக்கவை 2. தொடரும் தாதாக்கள், 3 ஆரம்பகால மீயதார்த்தவாதிகள் வட்டம் 4. வட்டத்தின் வளர்ச்சி 5. சித்தர் மனநிலை, 6. நிழற்படங்களில் மீயதார்த்தம் என பல்வேறு தலைப்புகளில் ஓவியங்களையும் சிற்பங்களையும் பார்வையாளர்களுக்குக் காட்சிப்படுத்தியிருந்தார்கள்.

இறுதியாக, போட்டோகிராம் (Photogram) என்ற பெயரில் மீயதார்த்தவாத நிழற்படங்களும் வைக்கப்பட்டிருந்தன. 1922 ஆம் ஆண்டு மன் ரே (Man Ray) என்ற கலைஞர் ஒரு புனல், அடுக்களை யில் உபயோகமாகும் ஒரு அளவைக் கோப்பை, ஒரு வெப்பமானி ஆகிய மூன்றையும் நீரில் நனைத்த ஒளியுணர் காகிதத்தின் (Papier sensible) மீது வைத்து மின்விளக்கை ஏற்ற அவருக்கு ஓர் அற்புதக் காட்சி கிடைத்திருக்கிறது அந்நிகழ்விற்கு 'RayoGramme' என்று பெயரும் வைத்திருக்கிறார். அவருக்குப்பின் பலர் அம்மாதிரியான அரிய காட்சிகளை தங்கள் புகைப்படக்கருவியின் உதவி கொண்டு எடுக்க பல நல்ல படைப்புகள் கிடைத்துள்ளன.

அல்பெர்ட்டொ சவினோவின் (Alberto Savino) 'ஈடன்' (Paradis Terrestre-1828), ஜார்ஜோ டெ சிரிக்கோ (Georgio de Chirico)வின் 'ஒரு புறப்பாட்டின் புதிர்' (Enigme d'un départ- 1920), ஹன்ஸ் ரிஷ்ட்டருடைய (Hans Richter) 'மினுமினுப்பு' (Eclat-1960), ஆந்தரே மஸ்ஸோன் (André Masson) வரைந்த 'மீன்கள்' (Les Poissons -1923), ஸ்டான்லி வில்லியம் ஹேட்டர் (Stanley William Hayter) படைப்பில் 'ஓட்டம்' (Runner-1930), வில்பிரெடு லாம் (Wilfredo Lam) என்பவருடைய 'உருவம்' (Figure- 1939), ஜாக் ஹெரால்டுவின் (Jacques Hérold) 'பெண்மணி' (La Femmoiselle-1945) ஆகியவை முக்கியமான படைப்புகளில் சில.

                                           நாகரத்தினம் கிருஷ்ணா

கட்டுரையின் தொடக்கத்தில் ஓவியக்கண்காட்சி நடைபெற்ற சேன் லூராயி ஒரு சிறிய நகரமெனக் குறிப்பிட்டிருந்தேன். எனவே, வந்திருந்த பார்வையாளர்கள் மிகக் குறைவு. தவிர, ஜனவரியில் ஆரம்பித்து ஐஉலை மாதம்வரை ஓவியங்கள் பொதுமக்கள் பார்வைக்கு வைக்கப்பட்டிருந்ததும், குறைவான பார்வையாளர் களுக்குக் காரணமாக இருந்திருக்கலாம். எண்ணிக்கைக் குறைவான பார்வையாளர்களுக்கிடையே நான் ஒருவன் மட்டுமே அந்நியன். ஓவியங்களுக்குக் காவலிருந்தவர்கள், எங்கு சென்றாலும் என்னையே தொடர்ந்து வந்ததைப்போல இருந்தது. வெளியேறும்போது என் சட்டைப் பையைத் திறந்துகாட்டி, 'ஒன்றும் எடுத்துச்செல்லவில்லை; திருப்தியில்லையெனில் எதற்கும் ஒருமுறை நன்றாகச் சோதனையிட்டுக்கொள்ளுங்களென்று கூறியபோது காவலாளியின் உதட்டில் வழிந்த முறுவல்கூட மீயதார்த்தவகை சார்ந்ததுதான்.

○

மாரியோ வார்கஸ் லோஸா

உலகின் தற்போதைய முன்னணி எழுத்தாளர் களென ஓர் இருபது பெயரைக் குறிப்பிட்டால் அதில் முதல் வரிசையில் நினைவுக்கு வருபவர் மாரியோ வார்கஸ் லோஸா பத்திரிகையாளர், கட்டுரையாளர். இலக்கியத்திற்கான நோபெல் பரிசை 2010ஆம் ஆண்டு பெற்றவர். அவருடைய ஒவ்வொரு நாவலும் வித்தியாசமான கதை சொல்லுக்கும், உண்மைப் பாத்திரங்களை புனைவுடன் கலந்து எது நிஜம் எது நிழல் எனப் பிரித்துணர முடியாத கதையாடலுக்கும் பெயர் பெற்றவை.

'91 இறுதியில் சொந்தமாக ஏதேனும் தொழில் செய்வதென ஆரம்பித்து வாடகைக்கு ஓர் இடத்தைப் பிடித்து ஓர் சிறிய இந்திய அங்காடியை ஆரம்பித்தேன். எங்கள் கடைக்குப் பின்புறம் Association 'Amérique Latine என்ற அமைப்பு ஒன்றிருந்தது. '95இல் கடையை விரிவாக்க நினைத்து, அருகிலேயே சொந்தமாக ஓர் இடத்தை வாங்கி மளிகைக் கடையைப் புதிய இடத்திலும், பழைய இடத்தில் இந்தியக் கைவினைப்பொருட்கள், படக்கொப்பிகள், அகர்பத்திகள் என விற்பனையை நடத்தினோம். ஆனால் அக்கடை இலாபகரமாக இயங்காததால் மூட நினைத்து வெளியேற நினைத்தபோது, அமெரிக்க லத்தீனியர் சங்கம் தங்களுக்கு வேண்டுமெனக் கேட்டது. அவர்கள் அங்கே நூலகமொன்றைத் திறக்கப்போவதாகக் கேட்டதும், இடத்துக்குச் சொந்தக்காரர் எனது நெருங்கிய நண்பர் என்பதால் அவரிடம் அதைக்கூறி ஏற்பாடு செய்தேன். ஒரு முறை நூலகத்தில் நுழைந்து

நாகரத்தினம் கிருஷ்ணா

பார்த்தேன். நூல்கள் மொத்தமும் ஸ்பானிய மொழியில் இருந்தன. நூலகப் பொறுப்பாளரிடம் கேட்டேன். 'எங்கள் சங்க உறுப்பினர்களுக்கான நூலகம், வேறு எந்த மொழியில் இருக்குமென எதிர்பார்த்தீர்கள்?' என்று அதற்கான நியாயத்தை விளக்கினார். பிரேசில் நீங்கலாக தென் அமெரிக்க நாடுகள் அனைத்தும் ஸ்பானிய மொழியை அரசாங்க மொழியாக ஏற்றுக்கொண்டவை. அதனால்தானோ என்னவோ பிரெஞ்சு மொழிக்கு அடுத்து ஐரோப்பிய மொழிகளில் ஸ்பானிய மொழி இலக்கியங்கள் கவனம் பெற்றவையாக இருக்கின்றன. முழுத்தேங்காயை புரட்டுவதுபோல ஸ்பானிய மொழியில் இருந்த அப்புத்தகங்களைத் தடவிப் பார்த்துவிட்டு வந்துவிட்டேன்.

நூலகத்திற்குள் 2002இல் ஒரு காப்பி பார் திறந்தார்கள். போகும் சந்தர்ப்பம் வாய்த்தது, போனேன். என்னை வியப்பில் ஆழ்த்துவதுபோல, பிரெஞ்சில் சில புத்தகங்கள் இருந்தன. சங்கத் தின் உறுப்பினர்களைத் தவிர மற்றவர்களுக்குப் புத்தகங்கள் தருவதில்லையென நூலகப் பொறுப்பாளர் பொறுப்பாக பதிலளித்தார். ஆனால் இம்முறை அங்கிருந்த சங்கத்தின் தலைவர் தமது பொறுப்பில், 'இதை வாசித்துப்பாருங்கள் நன்றாக இருக்கு'மெனக் கூறி *La ville et les Chiens' (The Time of the Hero)* நூலை இரவலாகத் தந்தார். அப்போதெல்லாம் நான் அறிந்த ஒரே ஸ்பானிஷ் எழுத்தாளர், கப்ரியெல் கார்சியா மார்க்கேஸ் மட்டுமே. ஆனால் கார்சியாவைக்காட்டிலும் மாரியோ வார்கலை, இந்நூலை வாசித்த நாள் முதல் நேசிக்க ஆரம்பித்தேன். அவரது கதைசொல்லும் பாணி எனக்குப் பிடித்திருந்தது. அதுவும் தவிர, தொடக்கத்தில் பிடெல் கஸ்ட்ரோவை ஆதரித்து பின்னர் அலுப்புற்ற ஆசாமி, கம்யூனிஸம் ஏட்டுச் சுரைக்காய் எனப் புரிந்துகொண்ட புத்திஜீவி என்பதும் ஒரு காரணம்.

மாரியோ வார்கஸ் லோஸா நூல்களில் தவறாமல் வாசிக்க வேண்டியயவை: *Captain Pantoja and the Special Service, Aunt Julia and the Scriptwriter, The Way to Paradise.* இரண்டு ஆண்டுகளுக்கு முன்பு பிரெஞ்சு மொழிபெயர்ப்பில் வாசிக்க நேர்ந்த *Le RÚve du Celte* முக்கியமான நாவல். தமிழில் மொழிபெயர்க்கப்படவேண்டிய நாவலுங்கூட. இந்நாவலில் ஐரோப்பாவெங்கும் பரவிக்கிடக்கும் கெல்ட்டியர் இனப்பிரிவைச்சேர்ந்த புகழ்பெற்ற ரோஜர் காஸ்மென்ட்தான் *(Roger Cassement - 1864-1916)* கதை நாயகன். முரண்பாடான ஆசாமி. அயர்லாந்து பூர்வீகம். பிரிட்டிஷ் அரசாங்கத்தின் கீழ் பணியாற்றியபோதிலும் ஐரோப்பிய வர்த்தக நிறுவனங்கள் காங்கோவின் வளத்தை உறிஞ்சியதோடல்லாமல் அங்கே உள்ளூர் மக்களுக்கு இழைத்த கொடுமையை வெளிப்படை

யாக விமர்சிக்கிறார். ஓர் அறிக்கையாகத் தயாரித்து, பிரிட்டிஷ் நிர்வாகத்திற்கு அதனை அனுப்பியும் வைக்கிறார். அதுவே பின்னர் அவரே அயர்லாந்தில் பிரிட்டிஷ் நிர்வாகத்தை எதிர்த்துப் போராடவும் காரணமாக அமைந்தது. அடிப்படையில் அவரொரு பிராட்டஸ்டண்ட். எனினும் பிராட்டஸ்டண்ட்கள் கையில் அயர்லாந்து போவதை விரும்பவில்லை. உள்ளூர் மக்களை ஆளும் நிர்வாகத்திற்கு எதிராகத் திரட்டினார். முதல் உலகப்போரின்போது ஜெர்மானியருடன் இணைந்துகொள்ளவும் தயங்கவில்லை. கடைசியில் பிரிட்டிஷ் அரசு தேசத்துரோகி எனக் குற்றம் சாட்டி அவரைக் கொலை செய்தது. முரண்பாடுகளைக் கையாளுவதில் தேர்ந்த மாரியோ வார்கஸ் லோஸாவுக்கு, ரேஜெர் காஸ்மெண்ட் போன்ற முரண்பாடான ஆசாமிகள் தமது கதையாடலுக்குப் பொருத்தமான ஆசாமியாகத் தெரிந்திருக்கவேண்டும்.

அவரது சுயகதை எனச்சொல்லப்படும் *Aunt Julia and the Scriptwriter* அவருடைய நாவல்களிலேயே மிகச் சிறந்ததென் கிறார்கள். எனக்கென்னவோ இங்கே குறிப்பிட்ட எந்தப் படைப்பும் குறைத்து மதிப்பிடக்கூடியதல்ல. சிறிது கவனத்துடன் வாசிக்க வேண்டும், ஒவ்வொரு சொல்லும் வாக்கியமும் முக்கியம். ஒரு வகையில் இரட்டைப் பிறவிகளான குழந்தைகள் ஒன்றையொன்று துரத்தி விளையாடுவதைப்போல உண்மையும் புனைவும் ஒன்றை மற்றொன்று துரத்திச்செல்கின்றன. சந்தோஷத் தவிப்புடன் அவர்களை மடக்கிப் பிடித்து, கட்டி அணைத்து, கிளர்ச்சியுறும் தாயின் நிலையில் நாம்—வாசகர்கள். பதினெட்டு வயது, முதிராத இளைஞன், விதவை ஒருத்தியிடம் காதல் கொள்கிறான். இதிலென்ன தப்பு என்பீர்கள், பிரச்சினை அதுவல்ல, அவள் வயது. அவள் பெண்ணல்ல, பெண்மணி. 32 வயது. 14 வருடங்கள் மூத்தவள். அதுவும் தவிர அவனுக்குச் சித்தி முறை. நெருக்கடியான பதின்பருவத்தைக் கடக்க மட்டுமல்ல, சுற்றியுள்ள சமுதாயத்தை எதிர்கொள்ளவும் அவனைத் தயார்ப்படுத்துவது ஐஜூலியாதான். புனைவை மையமாகக்கொண்ட அத்தியாயங்களில் (வானொலித் தொடராக ஒலிப்பரப்பப்படுகின்றன) ஒவ்வொரு பாத்திரமும் விக்கிரமாதித்தன் சிம்மாசனப் பொம்மைகள்போல, தனித்தனியாகக் கதை சொல்கின்றன. போஜராஜன்போல நமக்கும் விடைதேட வேண்டிய கேள்விகள், ஐயூறு வினாக்கள் அதிலிருக்கின்றன.

பொதுவாகவே மாரியோ வார்கஸ் கதைசொல்லலில் ஒரு வேகமுண்டு, ஒரு வாக்கியத்தை முடிக்கும் முன்பாக, வரும் வாக்கியத்தின் முதற் சொல் உங்கள் மனதிற்குள் சரிந்திருக்கும். இறுதிப் பக்கம்வரை பிரமைபிடித்தவர்கள்போல ஓடுகிறோம். சமுதாயப் பெருவெளியின் மேடு பள்ளங்கள் கால்களில் அல்ல,

  நாகரத்தினம் கிருஷ்ணா

நம் கண்களில் இடறுகின்றன. சமகால வாழ்வியல் அவரது வார்த்தை எள்ளலில் கூனிக்குறுகுகிறது. வார்த்தை விளையாட்டில் அவர் நிகழ்த்தும் சித்து, வியப்பூட்டுகிறது. இன்றைய உலக இலக்கியப்போக்கை அறியாதவர்கள் கூச்சல் இரைச்சலென பேர்சூட்டலாம். ஆனால் ஏற்கனவே கூறியதுபோல அவர் எழுத்தில் உள்ள எள்ளலும், நீர்ப்பரவல் போன்ற நடையும், வார்த்தைச் சித்தும் சாதாரண மனிதர்களையும் நிகழ்வுகளையும் அசாதாரண மனிதர்களாக, அபூர்வ நிகழ்வாக மாற்றிக்காட்டும் ரஸவாதக் கலை வேறு படைப்புகளில் வாசிக்கக் கிடைக்காதது.

ரோஜெர் காஸ்மெண்ட் மட்டுமல்ல, *Pantaléon et les visiteuses (Captain Pantoja and the Special Service)* நாவலில் கதை நாயகனான பாந்தலெயோன் பாந்த்தொஜா ஆகட்டும், *La tente Julia et le scribouillard (Aunt Julia and the Scriptwriter)*இல் வருகிற லெ பேட்ரோ கமாச்சோ ஆகட்டும் மாரியோ வார்கஸ் லோஸாவின் கதைநாயகர்கள் முக்காலே மூணுவீசம், முரண்பாடுடைய மனிதர்கள்தான். இங்கே முரண்பாடு எவரிடமில்லை. எல்லோரும் ஏதோ ஒருவிதத்தில் முரண்பாடுகளுக்குச் சொந்தக்காரர்கள்தான். கொந்தளிக்கும் கடலும், வெடித்துச் சிதறும் எரிமலையும் நேற்று வரை அமைதியாக இருந்தவைதான். கொரில்லா யுத்தமும் பயங்கரவாதமும் எவரிடம் பிறந்தது, ஏன் பிறந்தது? சந்தர்ப்பமும் சூழலும் வேறாகிறபோது காந்திமகன் கூட சந்தியில் நிற்க வேண்டி யிருக்கிறது. எத்தனைதான் கற்றாலும், ஒழுக்கத்திற்கு உதாரணமாக இருக்கப்போகிறேன் என்றாலும் பல நேரங்களில் அறிவை உணர்ச்சி சுலபமாய் வென்றுவிடுகிறது. மனிதர்கள் அனைவருமே மகாத்மாக்கள் இல்லை. நாம் பெரிதும் நம்பிக்கொண்டிருக்கிற மகாத்மாக்களிடமும் ஓர் பத்து சதவீதம் முரண்கள் இருக்கலாம். இதுதான் எதார்த்தம், இதுதான் இயற்கை. அன்பாய் இருக்கிற மனைவியிடம் கையோங்கிவிட்டு அவள் கைவருடலில் கலங்க வேண்டியிருக்கிறது.

○

ரஸ்ஸல் பாங்க்

"வீடுமுறவும் வெறுத்தாலும் என்னருமை
நாடு பிரிந்த நலிவினுக்கென் செய்கேனே"

(பாரதியார்)

முதலாளித்துவமும் நவீன சமூக அமைப்பும் மென்று உமிழ்ந்த மனிதர்களிடத்தில் அக்கறை கொள்கிற படைப்பிலக்கியவாதி ஒருவர் அமெரிக்கா வில் இருக்கமுடியுமெனில் அது அநேகமாக ரஸ்ஸல் பாங்க் ஆக மட்டுமே இருக்க முடியும். சொந்த நாடுகளைக் கடந்து பிறநாடுகளின் இலக்கிய விமர்சகர்களால் ஏற்றுகொள்ளப்பட்டவர்களையே உலக எழுத்தாளர்கள் என அழைக்கிறோம். இவர்கள் அனைவருமே கைவசப்பட்ட மொழியைக்கொண்டு தங்கள் எடுத்துரைப்பில் உலக நடப்புகள் சிலவற்றுள் தங்களுக்குள்ள உடன்பாடின்மையைப் பதிவு செய்கிறார்கள். ஆண்குறி பெண்குறி, உடல் உறவு களுக்கு இரண்டு பக்கங்கள் என்பது போன்ற திட்டமிடல்கள் உலக எழுத்தாளர்கள் தகுதியை நிர்ணயித்து விடாது. மானுடத்தின்மீது அக்கறை கொண்டதாக இருக்க வேண்டும் படைப்பு. தமது அனுபவங்களுக்குக் கலைவடிவம் கொடுப்பது மட்டுமல்ல, அக்கலை வடிவங்கள் ஊடாக அவனுற்ற அனுபவத்தினைப்பற்றிய கருத்தையும் சாதுர்யமாக எடுத்துரைக்க வேண்டும். அவ்வனுபவத்திலுற்ற மகிழ்ச்சியைத் தெரிவிக்கத் தவறினாலும் ஏமாற்றம், நிராசை, அவநம்பிக்கை, சிறுமையின் அதிகாரம் ஆகியவற்றுக்கு எதிரான அறச்சீற்றத்தைப் பதிவு செய்யும் பொறுப்பு அவர்களுக்கு வேண்டும்.

நாகரத்தினம் கிருஷ்ணா

அமெரிக்காவை வல்லரசு என்றோ, பணக்கார நாடு என்றோ ரஸ்ஸல் பாங்க் ஒருபோதும் ஏற்றுக்கொண்டவரல்ல. அவரது புனைகதைகள் பலவும் கிளிப்பிள்ளை போலத் திரும்பத் திரும்ப அக்கருத்தை வற்புறுத்தி வந்திருக்கின்றன. ஒதுக்கப்பட்ட மனிதர்களுக்கு ஆதரவளிப்பதே தமது எழுத்தின் குறிக்கோளென்று ரஸ்ஸல் செயல்படுகிறார். திக்கற்ற மனிதர்களே அவரது கதை மாந்தர்கள். கடைநிலை மனிதர்களின் தலைவிதியை எழுத்திலேனும் திருத்திவிடலாம் என்கிற கனவுகளுடன் எழுதிக் கொண்டிருப்பவர். இரந்தும், கேட்பாரற்றும், வீதிகள் பாலங்களின் கீழ் உயிர் வாழ்க்கையின் அடிப்படைத் தேவைகளைக்கூடப் பூர்த்தி செய்ய வக்கற்று நடைப்பிணமாகித் திரிந்தலையும் மனிதர்களைப் பற்றியதாக அவர் புனைகதைகள் இருக்கின்றன. அக்கதை ஒரு தொண்டு நிறுவனமாகத் தம்மை உருமாற்றிக்கொண்டு செயல்படும் தோற்றத்தை நமக்கு ஏற்படுத்தித் தருகிறது. வன்முறை, வன்புணர்ச்சி, கொலை, களவு, களவாணித்தனம் ஆகிய குற்றப் பண்புகளைக் காட்டிலும் அக்குற்றத்திற்குக் காரணமான சமூகத்தை தண்டிப்பதில் அவருக்கு ஆர்வம். உணர்ச்சிக்குப் பலியாகிக் குற்றமிழைக்கிறவர்கள் தண்டனைக்குரியவர்களல்ல; மன்னிக்கப்பட வேண்டியவர்கள். அவர்கள் நோயாளிகள்; உரிய சிகிச்சைக்குக் காத்திருப்பவர்கள். சமூகத்தின் கயமைக்கு யார் பொறுப்பு, எப்படி நிகழ்கிறது, அதனை அளவிடுவதால் கிடைக்கும் நன்மை தீமையென்ன என்ற ஆய்வு நோக்கில் அவர் படைப்புகளை அணுகவேண்டும். சட்டமும் நீதியும் குற்றவாளிகளை தண்டிக்க மட்டுமே செய்கின்றன. பலியாடு களுக்குத் தங்கள் பாதுகாப்பு குறித்த பிரக்ஞையை உணர்த்தும் பொறுப்பு சமூகத்தின் பங்குதாரனான தனக்குமுண்டு என்றுணர்ந்து ரஸ்ஸல் வினையாற்றுகிறார்.

தண்ணீர்க் குழாய் பழுதுபார்க்கும் தொழிலாளியான ரஸ்ஸலின் தந்தைக்குக் குடிப்பழக்கமும் உண்டு. சகோதரன் வியட்நாம் யுத்தத்தால் சீரழிந்து போனவன், மற்றொரு சகோதரன் சண்டையும் சச்சரவும் நிறைந்த குடும்ப மரபுப்படி, காணாமற் போகிறான். குடிகாரத் தந்தை, வறுமை, திக்குத் தெரியாமல் பயணித்த பெற்றோர்கள், அவர்கள் இழைத்த கொடுமைகள் ஆகியவற்றிலிருந்து தப்ப நினைத்த ரஸ்ஸலுக்கு ஒளிக்கீற்றாக வார்த்தைகள் அவர் சிறைவாழ்க்கைக்குள் நுழைந்தன. அக்காலத்தில், சிறுவன் ரஸ்ஸல் அவனை ஒத்த வயதினரிடம் தேடிச்சென்று வார்த்தைகளைச் சேகரித்து அளந்த கதைசொல்லலுக்குக் கிடைத்த வரவேற்பு அவனை உற்சாகமூட்டியது, அவனது குடும்ப நரகத்திலிருந்து விடுவிக்கும் பிராணவாயுவாகவும் அமைந்தது. தொடர்ந்து ஆர்வமுடன் செயல்பட்டான்.

பின்னாளில் ரஸ்ஸல் சிறந்த படைப்பாளியாக உருவானதின் பூர்வாங்கக் காரணமிது. அவர் வரையில், "வார்த்தைகள் என்பது அர்த்தமற்றவைகளுக்குப் பொருள் தேடும் முயற்சி. நிஜத்தை எட்ட நம்மை வழி நடத்தும் ஓர் அரூப சக்தி." தவிர எழுத்திடம் அடைக்கலம் வேண்டுவது சிறுமைகளிடமிருந்து தப்புவதற்கு அல்ல; மாறாக, அதனை அடக்கி ஆளவும், நெறிப்படுத்தவும், நடந்தவற்றைச் சாட்சிப்படுத்தவும், இறுதியாக படைப்பாளி தனது மனதிற்கு உகந்த மாற்றுலகைக் கட்டி எழுப்புவதுமாகும்.[1] பதினாறு வயதிலேயே தனக்கு மனதளவில் சிகிச்சை தேவைப்பட்டதெனவும் அதன் பொருட்டே சொற்களின் உதவியை நாடியதாகவும் தெரிவிக்கிறார். ஆனாலும் அப்போதைக்கு அவரது முயற்சிகள் இலக்கியம் என்பதைக்காட்டிலும் ஒருவகை சுயதேடல்களாகவே இருந்திருக்கிறது. எழுத்தைக் கையிலெடுக்கிற பெரும்பான்மையோர் ஒருவகைச் சிறைவாழ்க்கையை தேர்வுசெய்து கதவை அடைத்து வாழ்கிற இந்நாளில், ரஸ்ஸல் எழுத்துகளென்ற சிறகை விரித்து விசும்பைத் தொட விரும்பினாராம்.

ரஸ்ஸல் பாங்கின் கதை மாந்தர்கள் விளிம்பு நிலை மனிதர்கள். சமூகம் விலக்கி வைத்த கடை நிலை மனிதர்கள். இரந்தும், குற்றம் புரிந்தும் வீதியோரங்களிலும் பாலத்தின் அடியிலும் ஆதரவு கரம் தேடி வாழும் உயிர்களாகவே அவர்களைச் சந்திக்கிறோம். தங்கள் ஆசைகளுக்குத் தடங்கல் களாக இருக்கிற வாழ்க்கை முறை, வரையரைகளுடன் கூடிய கனவுகள், எதிர்கொள்ள முடியாத சக்திகள் தரும் நெருக்கடி ஆகியவற்றைப் பற்றிய புரிதலெல்லாம் அவர்களுக்கு நிறையவே உண்டு. இம்மனிதர்களின் தலைகளில் சுமையாக இருப்பது, அவர்களின் பெற்றோர்கள், முன்னோர்கள், அவர்கள் பூர்வீகம் அதாவது அவர்களை இன்னார் வழிவந்தவர்கள் என அறிமுகப் படுத்தும் 'இன்னார்கள்' இவர்கள் மீது பெரும் பாரத்தை இறக்கியிருக்கிறார்கள். இவன் என்னதான் உழைத்தாலும், சோபித்தாலும் 'இன்னார்' என்ற சொல் அவன் தலைவிதியைத் தீர்மானிப்பதாக இருக்கிறது. இதனுடன் சமூகத்துடனான அவனுடைய கொடுக்கல் வாங்கல்கள், இயற்கையை எதிர்கொள்ள முடியாத பலவீனம், மூலதன உலகின் அமைப்புமுறையென வேறு பல காரணிகளும் அவன் கால்களைப் பிணைக்கின்றன. எனினும் சிறிதுகூட இரக்கமற்ற சமூகப்பாட்டையில் தட்டுத் தடுமாறியோ, நொண்டிக்கொண்டோ, அவ்வப்போது விழுந்தெழுந்து, மெல்ல என்றாலும் தொடர்ந்து, நடக்கவே செய்கிறான். நீந்தத் தெரியாதவனை காப்பாற்ற முனைவதிலுள்ள சங்கடம் வாசிக்கிற

நமக்கு ஏற்படுகிறது. அவன் மூழ்குகிறபோது அவனுடன் சேர்ந்து நாமும் மூழ்குகிறோம்; அவன் நீர்மட்டத்திற்கு மேல் வந்து மூச்சுவிடும்போது, நாமும் வாய்கொள்ள காற்றை உள்வாங்கி ஆசுவாசப்படுத்திக்கொள்கிறோம். "நவீன உலகு ஆக்ரமித்துள்ள மனிதர்களின் இயல்பான நடவடிக்கைகள் ஊடாகவே பிரபஞ்ச உண்மைகளை நாவலாசிரியர்கள் நிலைநிறுத்த விரும்புகிறோம், அவற்றைத் தொடர்ந்து உயிர்ப்பிக்கவும் நம்மால் முடியும்"[2] என்று கூறும் ரஸ்ஸல் அம்மனிதர்களை தனது கதையாடலைக்கொண்டு தொடர்ந்து இயங்கவும் செய்கிறார்.

அண்மையில் பிரெஞ்சு மொழிபெயர்ப்பில் வெளிவந்த ரஸ்ஸல் பாங்கின் நாவல் *Lointain Souvenir de la Peau (Lost Memory of Skin).* இந்நாவலில் ரஸ்ஸலின் கவனம் பாலியல் குற்றவாளிகள் பக்கம் சென்றிருக்கிறது. ரஸ்ஸலைப் பொறுத்த வரை குற்றவாளிகளைக்கொண்டே ஒரு சமுதாயத்தின் ஆரோக்கியத்தை அளக்க முடியும். வெப்பமானி, பால்மானிபோல ஒரு சமூகத்தின் நோயை அளக்க உதவுபவர்கள் அவர்கள். இப்பாலியல் குற்றவாளிகள் தங்களின் ஒரு பிரிவினர் என்பதைப் பெரும்பாலோர் ஏற்பதில்லை. அந்தப் பிறருக்கு இவர்களெல்லாம் சமூகத்தைச் சீரழிக்கும் புல்லுருவிகள். ஊருக்கு ஒதுக்குப்புறமாய் வாழவேண்டியவர்கள். நடுத்தர அல்லது பணக்காரக் குடும்பங் களின் வம்சாவளியில் வந்தவர்களாக இருப்பின் அவர்களை அமெரிக்காவின் முதுகெலும்பெனக் கொண்டாடுவர். அரசும் அவர்கள் வாழ்வில் அக்கறைகொண்டிருக்கும். இவர்கள் அருவருப்பான சாக்கடைப் புழுக்கள் என்ற எண்ணத்துடன் பாலியல் குற்றவாளிகளுக்கென ஒரு காலனியை உருவாக்குகிறது. தவிர அவர்கள் கண்ணிற்படும் சிறுவர் சிறுமியர்கூட பாலியல் வன்கொடுமைகளுக்கு உள்ளாகலாம் என்கிற அச்சத்துடன் சிறுவர் சிறுமியர் நடமாட்டமுள்ள குடியிருப்புகளிலிருந்து காலனியை குறைந்தது 760 மீட்டர் தள்ளி அமைக்க வேண்டும் என்ற நியதிப் படி உருவான காலனி அது. காலனியில் குற்றவாளிகளைக் கண்காணிக்க மின்னணுக் காப்புகள் இல்லை. பதிலாக உலோகக் குண்டுகளுடன் கூடிய சங்கிலியாலான தளை.

கதை நாயகன் லெ கிட் இருபத்திரண்டு வயது இளைஞன். செய்த குற்றத்திற்கு மூன்று மாதச் சிறைத் தண்டனை அனுபவித்துவிட்டு, கலுசா (Calusa) காலனி வாழ்க்கைக்கு வருகிறான். அவன்செய்த குற்றம், வலைத்தளத்தில் பாலியல் தொடர்பான படங்களைப் பார்ப்பது. பெரிய குற்றமெல்லாம்

---

2. *Les Echos* என்ற பிரெஞ்சு தினசரிக்கு 26.11.2006 அன்று வழங்கிய பேட்டியில்.

இல்லை; எனினும் அதுவே போலீஸார் விரித்த வலையில் வெகு எளிதாகச் சிக்கப் போதுமானதாக இருக்கிறது. தந்தையை இழந்தவன்; தாய்க்கு மகனைக் காட்டிலும் வேறுவகையான தேவைகள் இருக்கின்றன. புறக்கணிக்கப் பட்ட கிட் போர்னோ போதைக்கு அடிமையாக நேர்ந்தது அவ்வகையில்தான். தண்டனைபெற்றுத் திரும்பும் மகனைத் தாய் வெறுத்த நிலையில் அவனுக்கென்று கிடைத்த ஒரே ஆதரவு அவன் வளர்க்கிற பச்சோந்தி. அதனுடன்தான் அவன் வளர்ந்தான். ஒரு பாலத்தின் கீழிருக்கும் குற்றவாளிகள் சேரியில் இவனைப்போல சங்கிலிக் குண்டைச் சுமந்து அரசுக் கண்காணிப்பின் கீழிருக்கும் நண்பர்கள் கிடைக்கிறார்கள், பொழுதும் போகிறது. அங்குதான் ஒருநாள் மாமிச மலைபோன்ற ஒரு சமூகவியல் பேராசிரியரைச் சந்திக்கிறான். பேராசிரியருக்கு நடுத்தெரு நாராயணர்களிடம் அக்கறைக்கொள்ளக் காரணம் இருக்கிறது, அவர் செய்யும் ஆய்வுக்கு அவர்கள்தான் பொருள். ஆக லெ கிட் அவருடைய ஆய்வுக்கு உதவமுடியுமென நம்புகிறார். இவர்கள் இருவரையும் கொண்டு எஜமானரான ரஸ்ஸல் தனது வேட்டையைத் தொடங்குகிறார். அவருக்குக் குறி அமெரிக்காவின் அரசியல். ஒரு பக்கம் பாலியல் தொடர்பான வக்கிரங்களுக்குக் காரணமாக இருந்துகொண்டே இன்னொரு பக்கம் ஏமாந்த மனிதர்களை தண்டிக்கும் சொந்த நாட்டின் அரசியலை வழக்கம்போல மிகக் கடுமையாக ரஸ்ஸல் விமர்சிக்கிறார்.

குறைந்தபட்ச அன்பைக்கூட அறிந்திராத ரஸ்ஸல் பாங்கின் கதைமாந்தர்கள் நிராதரவான நிலையில் நாவலெங்கும் அன்பிற்கு ஏங்குவதை உணர முடிகிறது. மனம் இளகுகிறது. விழியோரங்களில் நீர்க்கசிவதைத் தடுக்க இயலவில்லை. ஏன் சிலருக்கு மட்டும் இப்படியான வாழ்க்கை? அவர்கள் செய்த குற்றமென்ன? இச்சமூகத்திற்கு அதில் பங்கில்லையா? ரஸ்ஸல் மட்டும் கேட்க வில்லை; நமக்குள்ளும் கேட்டு அழுது புரளுகிறோம். அதுதான் எழுத்தின் வெற்றி.

○

        நாகரத்தினம் கிருஷ்ணா

பிரெஞ்சுப் புனைவுலகம் இன்று

நேற்றைய சிந்தனைகள் என்பது இன்றைய சிந்தனைகளின் ஆணிவேர். படைப்பிலக்கியமும் இதற்கு விதிவிலக்கல்ல.

இயல்பாகவே கட்டற்ற சுதந்திரத்தில் ஆர்வங்கொண்ட பிரெஞ்சுப் படைப்பாளிகள் இலக்கியம், ஓவியம், சிற்பம் ஆகியவற்றில் தங்கள் மன உந்துதலுக்கேற்பப் புதிய பாய்ச்சலை நிகழ்த்தியவர்கள். பிரெஞ்சுப் படைப்புலகில் நேர்ந்த இவ்வுருமாற்றங்கள் பெற்ற ஞானஸ்நானங்களையும் அறிந்திருக்கிறோம். பட்டியல் நீளமானது. இடைக் காலத்தின் பிற்பகுதியில் வாழ்ந்து மறைந்த கவிஞர் பிரான்சுவா வியோன் ஆகட்டும்; ஹூமானிஸம் என்கிற மனிதநலக் கோட்பாடு வழிவந்த கவிஞர் பிரான்சுவா ரபெலெ ஆகட்டும்; மதம், சமூக நெறி முரண்பாட்டாளர்களைக்கொண்ட 'லிபெர்த்தென்' கூட்டத்தினராகட்டும்; உயர்ந்த கோட்பாடு, மேட்டிமைத்தனமென்ற மரபுகளில் நம்பிக்கைகொண்ட 'கிளாசிஸம்' என்கிற செந்நெறி வாதத்தினராகட்டும்; அவர்களைத் தொடர்ந்து வந்த 'ரேஷனலிஸ்டுகள்' என்கிற நியாயவாதிகளாகட்டும்; உணர்ச்சிகள், மிதமிஞ்சிய கனவுகள், ஏக்கங்கள், அனுபவப் பங்கீடுகளென விரிந்த ரொமாண்டிக் யுக படைப்பாளிகள் விக்தொர் யுகோ, ஷத்தோ பிரியோன் போன்றவர்கள் ஆகட்டும்; இருத்தலியல் புரவலர் ழான் போல் சார்த்துரு ஆகட்டும்; இன்றைக்கு எழுதிக்கொண்டிருக்கிறவர்களாகட்டும் எல்லோருமே ஏதோ ஒருவகையில் பிரெஞ்சுப் படைப்புலகில் அதிர்வுகளை ஏற்படுத்தியவர்கள்;

ஏற்படுத்திக்கொண்டிருப்பவர்கள். இன்று பிரெஞ்சுப் படைப்புலகத் தின் நிலையென்ன?

இன்றைய படைப்புலகம் என்பதை இருபது, இருபத்தொன்றாம் நூற்றாண்டு படைப்புலகம் என்று எடுத்துக் கொள்ள வேண்டும். குறிப்பாக இருபதாம் நூற்றாண்டின் தாக்கத்திலிருந்து முற்றாக நாம் விடுபடவில்லை. இன்றைய இலக்கிய உலகைப் புரிந்துகொள்ள இருபதாம் நூற்றாண்டில் ஆரம்பித்துவைக்கப்பட்ட 1. படைப்பாளியின் மரணம் 2. எழுத்தாளன் யார்? என்ற விவாதங்கள் தவிர்க்க முடியாதவை:

படைப்பாளிகளில் பலரும், 'நாம் சாகாவரம் பெற்றவர்கள்' என எண்ணிக்கொண்டிருக்க, 'அப்படியொரு எண்ணமிருப்பின், கிள்ளி எறியுங்கள்', எனக்கூறி 'எழுத்தாளனின் மரணத்தை'(1968) அறிவித்தவர் ரொலான் பார்த் (Roland Barthes). அவரைத் தொடர்ந்து மிஷெல் ஃபூக்கோ (Michel Foucault), 'எழுத்தாளன் என்பவன் யார்?' எனக்கேட்டு அக்கேள்விக்குரிய பதிலையும் அளித்தார். இரண்டு கருத்துகளுக்கும் பத்தொன்பதாம் நூற்றாண்டின் இறுதியில் பிரெஞ்சு வரலாறு என்ற நூலைப்படைத்த குஸ்டாவ் லாசன் (Gustave Lanson) என்பவர் காரணம். குஸ்டாவ் லாசனுக்கு பல்கலைக்கழக மட்டத்தில் பிரெஞ்சு இலக்கியத்தின் தராதரம் பற்றி விமர்சிப்பதும், படைப்பாளியைப் படைப்பிலிருந்து தனிமைப்படுத்துவதும் ஏற்புடையதில்லை. அவருக்கு எதிராக மர்செல் ப்ரூஸ்டு (Marcel Proust) 'சேன் பேவ்க்கு எதிராக' என்ற நூலை எழுதுகிறார். அத்தகைய சூழ்நிலையில்தான் மேற்கண்டவை விவாதத்திற்கு முன்வைக்கப்பட்டன. ரொலான் பார்த்தும், மிஷெல் ஃபூக்கோவும் பின்–அமைப்பியத்தையும் அதனைத் தொடர்ந்து 'வாசிப்பு ஒழுங்'கைப் புரட்டிப்போட்ட ழாக் தெரிதாவையும் கொண்டாடும் மனநிலையிலிருந்தனர். படைப்பு – படைப்பாளி இருவருக்குமான பந்தங்களும், ஒரு படைப்பு தரும் புரிதலில் நூலாசிரியனின் பங்களிப்பு குறித்தும் தொடர்ந்து விவாதங்கள் நடைபெற்று வருகின்றன.

ரொலான் பார்த் படைப்பாளிகளை இருவகைப் படுத்துகிறார். முதலாவது வகையினர் ‘Ecrivant’ – தாம் கற்றதை, பெற்றதை பிறருக்கு கூடுதல் குறைவின்றிக் கொண்டுபோய் சேர்க்கிற வர்கள்– மொழி இவர்களுக்கொரு கருவி: கட்டுரையாளர்கள், உரையாசிரியர்கள், பத்திரிகையாளர்கள் இதற்கு உதாரணம். இரண்டாம் வகையினர் Ecrivain – இவர்கள் மொழியைச் செயல்படுத்தத் தெரிந்தவர்கள், இலாவகமாகக் கையாளுவதிற் தேர்ந்தவர்கள். மொழியைக் கலைநேர்த்தியுடனும், தொழில் நுட்பத்துடனும் பயன்படுத்துபவர்கள். இவர்களிடத்திலும்

  நாகரத்தினம் கிருஷ்ணா

பிறருக்குத் தெரிவிக்கத் தகவல்கள் உள்ளன, உண்மைகள் இருக்கின்றன. பிறரிடம் சேர்ப்பதற்குமுன் அவ்வுண்மைகளை இவர்கள் பரிசோதிக்கிறார்கள். மனக்குப்பியில் அவ்வுண்மையைப் பலமுறை குலுக்கி, தெளிவுற்றபோதும் நிறைவின்றி, பிறரை அழைத்து தங்கள் சோதனையின் முடிவையும் தங்களையும் மீண்டும் மீண்டும் பரிசோதிக்க வற்புறுத்துகிறவர்கள். ரொலான் பர்த்துடைய கருத்தின்படி படைப்பாளிக்கும் வாசகனுக்கும் இடையே தொடர்பென்று எதுவுமில்லை அல்லது சராசரியான செய்தித் தொடர்புகள் இவ்விருவருக்குமிடையில் இல்லை. 'அதாகப்பட்டது' என்ற கதாகாலட்சேபம் செய்யும் பணியில் எழுத்தாளனில்லை. இதை மறுக்கிறவர்கள் இருக்கிறார்கள். எழுத்தையும் எழுத்தாளனையும் பிரித்துப் பார்க்கக் கூடாது, பிரித்துப் பார்க்க இயலாது என்பது அவர்கள் முன் வைக்கும் வாதம். எழுத்தாளன் இறந்துவிட்டான் என்ற பர்த்தின் முழக்கமே, ரொலான் பர்த்தோடு இணைந்ததுதான். ஒரு படைப்பாளியின் தொகுப்பை எழுத்தின் அடிப்படையிலல்ல, படைப்பாளியின் பெயரால் தொகுக்கிறோம். எழுத்துடனான எழுத்தாளனின் உறவு துண்டிக்கப்பட்ட பிறகு காப்புரிமை கேட்பது எந்த உரிமையில்? என்பதுபோன்ற கேள்விகளை அவர்கள் வைக்கிறார்கள்.

இருபதாம் நூற்றாண்டு தொடக்கம், மேட்டுக்குடியினருக் கென்றிருந்த இலக்கியம் எல்லோருக்கும் என்றானது. இந்த 'எல்லோரையும்' ஒருபடித்தான பண்புடன் அடையாளப்படுத்த சாத்தியமில்லை. அடிப்படையில் இவர்கள் ஒருவர் – மற்றவர் – பிறர். உயிரியல் தன்மையினாலும், பிற காரணிகள் அடிப்படையிலும் வேறுபட்டவர்கள். சந்தைப்பொருளாதாரத்தைச் சார்ந்த இருபதாம் நூற்றாண்டு இலக்கியமும் இதை மறந்து செயல்படுவதில்லை. பிற நாடுகளைப்போலவே பிரான்சு நாட்டிலும் படைப்புலகம் விமரிசனங்கள், விளம்பர உத்திகள், எழுத்தாளரின் புகழ், வெற்றிபெற்ற படைப்புகளை முடிந்தவரை காசாக்கும் தந்திரம் என்பதுபோன்ற செயல்திட்டங்களை வகுத்துக்கொண்டு செயல் படுகிறது. இந்நிலையில் மீண்டும் நூலாசிரியன் – அவனது நூல் இரண்டிற்குமிடையே பந்தம் குறித்துக் கேள்விகள் எழுகின்றன. இன்றெழுதும் எழுத்தாளனை – அவன் படைப்பு சார்ந்து அல்ல – எழுதும் பொருள் சார்ந்து மூன்றாகப் பிரிக்கலாம். வேறுவகையான கோட்பாடுகள் இஸங்களின் கீழ் அவர்களுக்கு நிழல்தர வாய்ப்புகளில்லை.

– 'இது விலைபோகும்' என்பதற்காக எழுதுபவர்கள்.

– 'தான்', எழுத்து வினை குறித்த அக்கறை – என்பதுபோன்ற சிந்தனைகள் வழிநடத்த – எழுத்துக்காக எழுதுபவர்கள்.

– நடைமுறை வாழ்க்கைச் சிக்கல்கள், சமூகமுரண்கள், வரலாறு ஆகியவற்றைப் பதிவுசெய்ய எழுதுபவர்கள்.

ஒரு நாடு அதன் மக்கள்; ஒரு சமூகம் அதன் பண்பு என்ற சுவருக்குள்ளிருந்த பிரெஞ்சுப் படைப்புலகம் இன்றில்லை. மனிதம், மானுடம் அவற்றின் அனுபவங்கள், செயல்பாடுகள், நெருக்கடிகள். *"Poetry is not a turning loose of emotion, but an escape"*, என எலியட் *(T.S. Eliot)* கூறியதற்கொப்ப 'தப்பிக்கும் மனப்பாங்குகள்' கொண்ட எழுத்துக்களை எங்கிருந்தாலும் பிரெஞ்சுப் படைப்புலகம் வரவேற்கிறது. பல்சாக், கி மாப்பசான், அல்பெர் கமுய் போன்ற பிரெஞ்சு எழுத்தாளர்களுக்கு ஈடாக காப்கா, ஜாய்ஸ் போன்றவர்களை ஏற்றுக்கொண்டுள்ளனர். பலவேறு இயக்கங்களைக் கண்ட பிரெஞ்சு படைப்புலகத்திற்குத் தற்போதைக்குப் புதிதாக ஓர் இசத்தினை அறிமுகப்படுத்தும் எண்ணமில்லை. ஒவ்வொருமுறையும் சுதந்திரமென்ற பேரால் தங்கள் எழுத்துக்கு இலக்கணம் கற்பித்த ஊக்க எழுச்சிகளின் சமிக்கைகளைக் காண அரிதாக இருக்கிறது. புகழ்பெற்ற *Saint-Germain-des-Prés* மதுச்சாலைகளில் எழுத்தாளர்களின் நடமாட்டம் குறைந்திருக்கிறது.

எழுத்து – எழுத்தாளன் உறவில் கவனம் செலுத்திய இலக்கிய உலகம், தனது வளர்ச்சியில் கவனம் செலுத்தியதா அல்லது செலுத்துகிறாரென்றால், 'இல்லை' என்று ஒருமித்த குரலில் அபயக்குரல் எழுப்புகிறார்கள் படைப்புலகினர். உலகெங்கும் கல்வி நிறுவனங்களில் இலக்கியத்தைச் சீந்துவாரில்லை என்கிற நிலையிலிருப்பதைப் பார்க்கிறோம். மாணவர்களுக்கு வலைவிரித்து ஏமாந்து, இன்று தூண்டிலாவது உதவுமா? எனக் கேட்கும் கையறு நிலையில் இலக்கியத்துறைகள் உள்ளன. நேற்றிருந்த மொழிப் பற்றும் அதனூடாகப் பெற்ற இலக்கிய தாகமும் இன்றில்லை. அதன் தாக்கம் படைப்புலகிலும் எதிரொலிக்கிறது. முன்னெப்போதும் கண்டிராத சோர்வு. இலக்கியத்தில் பல வடிவங்கள் நிறமிழந்து வருகின்றன. பிரெஞ்சுப் படைப்புலகில் இன்று சிறுகதைகளும், கவிதைகளும் அரிதாகவே வெளிவருகின்றன. ஊருக்கு ஒன்றிரண்டு அபிமானிகள் அவற்றிற்கு இருந்தபோதிலும், இணைய தளங்களையே இன்றவை பெரிதும் சார்ந்திருக்கின்றன. படைப்பிலக்கியத்தின் பிற வடிவங்கள் படுக்கையிற் கிடப்பதின் அடிப்படையில் இலக்கியமென்பதற்கு உரைநடைப் புனைவுகள் என்றே சுருக்கிப் பொருள் கொள்ள வேண்டியிருக்கிறது. வளர்ந்து வரும் கணினித் தொழில்நுட்பம் நாளை புனைவிலக்கியத்தின் தலைவிதியையும் மாற்றி எழுதலாம். புனைகதை வடிவத்தை (புதினம்) ஆங்கிலத்தில் *Novel* என்றும்,

  நாகரத்தினம் கிருஷ்ணா

பிரெஞ்சு மொழியில் *Roman (Nouveau Roman?)* என்றும் அழைக் கிறோம். ரொமாண்டிக் *(Romantique)*, ரொமாண்ட்டிசம், *(Romantisme)*, *Roman* என்ற மூன்று சொற்களுமே ஒரே குடும்பத்தைச் சேர்ந்தவை. ரொமாண்டிக் பிரெஞ்சுமொழியில் உரிச்சொல் மட்டுமல்ல, பெயர்ச்சொல்லுமாகும்: கற்பனைவாதத் தன்மை, கற்பனைநவிற்சிவாதி என இருவகையில் அதனைப் பொருள் கொள்ளலாம். ரொமாண்ட்டிக் என்பவன் அறிவைப் பின்னொதுக்கி உணர்வை முன்வைப்பவன், மரபுகளை ஒதுக்குகிறவன்.

'ரொமாண்டிக்' என்ற சொல் இன்று பலவீனமடைந்திருக்கிறது. மாறாக கூருணர்ச்சியைக் கதைப்படுத்துகிறது. அப்பழுக்கற்ற ஒற்றை நாயகன், நாயகியை வியந்தோதும் கிலுகிலுப்பைகள் இன்றில்லை. அவர்களை உத்தமர்கள், அசகாய சூரர்கள் அநீதிக்கு எதிரானவர்கள் போன்ற தேன் துடவிய சொற்களை கொடுப்பாரு மில்லை கொள்வாருமில்லை, அவை பழங்கதைகள். சூப்பர் ஹீரோக்களை கேலிச்சித்திரங்களில் மட்டுமே நாம் சந்திக்க முடியும். இன்றைய பிரெஞ்சு இலக்கியத்திற்கு நவீனமென்றோ பின்னவீனத்துவமென்றோ முத்திரைகளில்லை. அதொரு கட்டுப் பாடற்ற குதிரை. திசையின்றி ஓடலாம். எப்பொருளையும் கதை நாயகனாக்கலாம் *(La Carte et le Territoire - Houellebecq)*, சொந்த வாழ்க்கையை எழுதி, புனைவிலக்கியம் எனலாம் *(Salam Ouessant-Azouz Begag).*

நூற்றுக்கணக்கில் புனைவுகள் வருடந்தோறும் எழுதி பிரெஞ் சில் வெளிவருகின்றன. அவை இலக்கியமா? இலக்கியமில்லையா என்று எப்படித் தீர்மானிப்பது?

– மொழிஆளுமையும், சிந்திக்கவும் சிந்திக்கவைக்கவும் முடிந்தால் இலக்கியம்.

– பெருவாரியான மக்கள் நிராகரிப்பது இலக்கியம்.

– தீவிர இலக்கிய விமர்சகர்கள் ஏற்றுக்கொண்டால் இலக்கியம்.

இன்று பிரெஞ்சு மொழியில் எழுதிப் பணம் சம்பாதிக்கிற முதல் பத்து எழுத்தாளர்களில் 'இவர் எழுத்தை எதில் சேர்ப்பது? வெகுசன எழுத்தா – இலக்கியமா?' என விமரிசகர்கள் சந்தேகிக் கிற பெல்ஜிய பிரெஞ்சு எழுத்தாளர் அமெலி நொத்தோம் *(Amélie Nothomb)* பத்தாவது இடத்திலிருக்கிறார். பிற ஒன்பது எழுத்தாளர்களும் வெகுசன எழுத்தாளர்கள். பிரெஞ்சுப் புனைவுலகத்திலும் ஆங்கிலத்திலுள்ளதைப்போலவே குற்றப் புனைவுகள், அறிவியல் புனைவுகள், வெகுசன எழுத்துக்கள், தீவிர

எழுத்துக்களென்று பிரிவுகளுண்டு. வருடத்திற்கு 1.5 மில்லியன் புத்தகங்கள் விறபனையாகும் வெகுசன எழுத்தாளர் மார்க் லெவி (பொறியாளரான இவர் எழுத்துக்கள் தமிழில் சுஜாதாவை நினைவூட்டுகின்றன). அன்னா கவால்டா என்ற பெண்மணி மற்றொரு வெகுசன எழுத்தாளர். கிட்டத்தட்ட ஒரு மில்லியன் பிரதிகள் இவரது நூல்கள் விற்பதாகச் சொல்கிறார்கள். இலக்கியப் புனைவுகள் எனப்படுபவை புதிய எழுத்தாளர்களெனில் இருபதாயிரமும் பரிசுபெற்ற அல்லது விமர்சகர்கள் ஏற்றுக் கொள்ளும் நூல்கள் அதிகபட்சமாக ஏழு லட்சம் பிரதிகளும் விற்பதாகக் கூறப்படுகிறது.

அண்மையிற் கிடைத்த தகவலின்படி இவ்வாண்டு (2012) பிரெஞ்சில் மொழிபெயர்ப்புகளையும் சேர்த்து 646 புதினங்கள் வெளிவந்துள்ளன. வெளிவரும் அனைத்துப் புதினங்களுக்கும் உடனுக்குடன் விமர்சனங்கள் எழுதும் மரபைக் கடைபிடிக்கிற பிரெஞ்சு இதழியல்துறைக்கு இதுவொரு சவால். 2011ஆம் ஆண்டுடன் ஒப்பிடுகிறபோது, இது மிகவும் குறைவு. மற்றொன்று, புதிதாக எழுத முற்படும் இளைஞர்களில் எண்ணிக்கையில் ஏற்பட்டுள்ள சரிவு. சுமார் எட்டுவருடத்திற்கு முன்பு சராசாரியாக வருடத்திற்கு 100 புதிய எழுத்தாளர்களின் அறிமுகம் பிரெஞ்சுப் படைப்புலகில் நிகழ்ந்தது. இன்று அவ்வெண்ணிக்கை ஐம்பது விழுக்காடிற்கும் குறைவாக இருப்பது பிரெஞ்சுப் படைப்புலகைக் கவலைகொள்ள வைத்திருக்கிறது. வெகுசன எழுத்தாளர்கள் போலன்றி தீவிர எழுத்தாளர்களுடைய நூல்களின் விற்பனையும் எழுத்தாளர் வரிசையும் நிரந்தரமானதல்ல. நூல்களுக்குக் கிடைக்கும் விருதுகள், விமர்சனங்களைப் பொறுத்தது அது. இன்று பிரெஞ்சு இலக்கியத்திற்குத் தீவிரமாகப் பங்களிப்பவர்களென ஒரு நூறு பெயர்களைக் குறிப்பிடலாம்: லெ கிளேசியோ (*J.M.G. Le Clézio*), பத்ரிக் மொதியானோ (*Patrick Modiano*), மிஷெல் ஹூஉல்பெக் (*Michel Houellebecq*), ஜொனாத்தன் லிட்டெல் (*Jonathan Littel*), லொராரான் கொடெ (*Laurent Gaudé*), மரி தியாய் (*Marie NDiaye*), அத்திக் ராயிமி (*Atiq Rahimi*), ழில் லெருவா (*Gilles Leroy*), ழெரோம் பெராரி (*Jérôme Ferrari*), அலெக்ஸி ழெனி (*Alexis Jenni*), ழாக்–பியெர் அமெத் (*Jacques-Pierre Amette*), பஸ்க்கால் கிஞ்ஞார் (*Pascal Guignard*), எரிக் ஒர்செனா (*Erik Orsenna*), அமெலி நொத்தோம் (*Amélie Nothomp*), ஒலிவியே அதாம் (*Olivier Adam*), ழான் கிரிஸ்டோப் ரூஃ்பன் (*Jean-Christophe Rufin*) ஆகியோர் முக்கியமானவர்களில் ஒரு சிலர்.

○

நாகரத்தினம் கிருஷ்ணா

பின் – பின்நவீனத்துவம்

நண்பர் தமிழவனுடன் ஒரு முறை உரையாடியபோது, பொதுவில் இன்றைய தமிழ்க் கதையாடல்கள் மேற்கு உலகோடு இணைந்து பயணிக்கவில்லை என்றேன். கிழக்குக்கென்று (நமக்கென்று?) ஒரு மரபு, பண்பாடு இருந்தது. எண்ணமும் சிந்தனையும் தனித்துவம் பெற்றுத் திகழ்ந்த காலமொன்றும் இருந்தது. இன்று பழுங் கதைகளாகிவிட்டன. எஞ்சி இருப்பவற்றை விதந்தோதக்கூட மேற்கத்திய மொழிகளும் மேற்கத்திய உத்திகளும் தேவை என்கிறபோது ஒப்பிடல் தவிர்க்க முடியாததாகிறது. தமிழில் 'புதினம்' என்று நாம் பொருள் கொண்டிருக்கிற சொல் நாவல் (Novel) ஆங்கிலச்சொல்லிலிருந்து பெறப்பட்டது. பிரெஞ்சு மொழியில் அதனையே ரொமான் ('Roman) என்கிறார்கள். இடைக்காலத்தில் மேட்டுக்குடிகள், கல்வியாளர்கள், மதகுருமார்களுக்குரிய மொழி லத்தீன். அதேகாலத்தில் சாமான்ய மக்களுக்கென எழுதப்பட்டவை 'ரொமான்' அல்லது 'புதினம்'. பதினாறாம் நூற்றாண்டில் வெகுசனத்திற்கென எழுதப்பட்ட 'புதினங்களுக்கு' இலக்கிய அங்கீகாரம் கிடைக்கிறது. எதார்த்த உலகை முன்னெடுத்துச்சென்ற பாத்திரங்களைக்கொண்டு புனையப்பட்டவை அவை. பதினெட்டாம் நூற்றாண்டிலிருந்து மேட்டுக்குடியினரும் இணைந்துகொள்ள, பிற எழுத்துகளைப்போலவே அறத்தைப் போதிக்கப் 'புதினங்களுக்குப்' பரிந்துரைக்கப்படுகிறது. வடிவமைப்பில் மாற்றங்கள் நுழைகின்றன. பதினெட்டாம் நூற்றாண்டிலிருந்து அண்மைக்காலம்

வரை புறத்திலும் அகத்திலும் பல மாற்றங்களுக்கு மேற்கு நாடுகளில் புதினங்கள் உள்ளாயின.

எனினும் புதின உலகில் இருபதாம் நூற்றாண்டு தனித்துவம் பெற்றது: கடந்த நூற்றாண்டின் முற்பகுதியில் படைப்பிலக்கியவாதிகள் உலகம், சமுகத்தின் அமைப்பு, அவற்றில் மனிதர்களின் பங்களிப்பு முதலானவற்றை – எதார்த்தப் பார்வையில் சொல்லவேண்டுமென்கிற கோட்பாட்டுடன் இயங்கினார்கள். சார்த்துரு *(Sartre)*, செலின் *(Céline)*, ப்ரூஸ்டு *(Proust)* போன்றவர்கள் அவர்களில் சிலர். உண்மையில் இவர்களுடைய பார்வைக்கு எல்லைக்கற்களற்ற நிலையில், இப்படைப்பிலக்கியவாதிகளின் புதிய முயற்சிகள் எதார்த்தம் பற்றிய பொதுஅறிவைக் கேள்விக்குட்படுத்தின. இருபதாம் நூற்றாண்டில் அடுத்து வந்தவர்கள் வேறுவகையானவர்கள். வாய் வேதாந்தத்தில் நம்பிக்கைகொண்ட கூட்டமிது. கற்பனையில் வாழ்ந்த உளப்பிணியாளர்கள் என அழைப்பதிலும் தவறில்லை. முன்னோடிகள் என அழைக்கப்படும் அவான் – கார்டிஸ்டுகள் *(avant-gardiste)* என சொல்லப்பட்ட இவர்களே மீயதார்த்தம், நவீன புதினம் என்கிற *le nouveau- roman* முதலான வகைமைகளுக்குச் சொந்தக்காரர்கள்.

இருபதாம் நூற்றாண்டின் பிற்பகுதியிலும், நிகழ்காலத்திலும் பிரெஞ்சு படைப்பிலக்கியத்தில் என்ன நடந்தது அல்லது என்ன நடக்கிறதென்பதை அறிவதற்கு முன்பாக, புதினங்களின் வடிவமைப்புகளையும், அவற்றின் கட்டுமானத்தைப்பற்றியும் தெரிந்துகொள்ள வேண்டும்.

வடிவங்களைப் பொறுத்தவரை பொதுவில் பிரெஞ்சு படைப்பிலக்கிய உலகில் அவை மூன்றுவகை:

1. மரபு வழிப் புதினங்கள் *(The traditional novel)*: 'அந்தக் காலத்திலே', 'பல்லாயிரம் ஆண்டுகளுக்கு முன்பு' அல்லது நேற்று நடந்ததென ஆரம்பித்து கதை சொல்லலை தொடங்குவது. இறந்தகால சம்பவங்களை நிகழ்காலப்படுத்துவது. இங்கே பாத்திரங்கள் நாய், பூனையாகக்கூட இருக்கலாம், அவை அறிவுஜீவிகள். கதைசொல்லல் படர்க்கையில் அமைய, எழுத்தாளன் தூண் துரும்பு எங்குமிருப்பான். மேற்கத்திய உலகைப் பொறுத்தவரை, இவ்வடிவம் அருகிவருகிறது.

2. சுய சரிதைப் புதினங்கள் *(The autobiographical novel)*: உண்மையும் புனைவும் கலந்தது – கதை சொல்லியின் வரலாறு, அனுபவங்கள், எதார்த்த

நாகரத்தினம் கிருஷ்ணா

உலகத்திடம் அவனுக்குள்ள முரண்கள், பிணக்குகள். . . முதலானவை தன்மையில் வெளிப்படும். கதைசொல்லி ஆசிரியனாகவும் இருக்கலாம், துணைமாந்தர்கள் அவனுடைய உறவுகள் நண்பர்களாகவும் இருக்கக்கூடும். கடந்தகாலம், நிகழ்காலமென்று எதையும் கதைப்படுத்த முடியும். இவ்வகையான சுயசரிதைப் புதினங்களை ஒருவனுடைய சுயத்தைப் பேசும் எழுத்துக்கள் என்ற வகையில் பிரெஞ்சு மொழியில் 'Les écritures de soi' என்கிறார்கள். பெரும்பாலான இன்றைய புனைவுகள் சுயசரிதைகளுக்குள் அடங்குபவை. இவற்றில் பல உட்பிரிவுகளுண்டு: சுயபுனைவு என்கிற Autofiction, புற உலகுடனான மோதலிலுறும் தனது அகவய வலிகளுக்காகப் புலம்பிக்கொண்டே, பிறர்சார்ந்த தனது வாழ்க்கையை நியாயப்படுத்தும் சராசரி மாந்தர்களைப்பற்றிய Auto mythobiographie, பிறகு நாம் பலரும் அறிந்த Curriculum vitae அவற்றுள் சில. இவற்றைப் பற்றி விரிவாக தமிழ்ப் படைப்புலகிற்கு அறிமுகப்படுத்த வேண்டும்.

3. கதைக்குள் கதை. இதனைப் பிரெஞ்சில் 'le Roman à tiroirs' என அழைக்கிறார்கள். பிரதானக் கதையாடலுக்கிடையே உபகதைகளைச் சேர்ப்பது. இவ்வடிவம் இந்திய மரபிற்குப் புதிதல்ல.

புனைவுகள் வடிவங்கள் அடிப்படையில் வேறுபடுவதைப் போலவே அவற்றின் கட்டுமானத்தின் அடிப்படையிலும் வேறுபடுத்தலாம்.

1. படைப்பிலக்கிய இயக்கங்களோடு தொடர்புடையவை (Le Classicisme, le Symbolisme, le Surréalisme etc..).

2. மனக்கிளர்ச்சிகள் அல்லது உணர்ச்சிகளை மையமாகக் கொண்ட ரொமாண்டிக் புதினங்கள்.

3. எதார்த்தவகைப் புனைவுகள். நடைமுறை உலகைக் கருப்பொருளாகக்கொண்டு எழுதப்படுபவை.

4. கதை சொல்லலில் புதிய நுட்பங்களையும், வழமைக்கு மாறான புதிய முயற்சிகளையும் மேற்கொள்ளும் 'நவீன புதினங்கள்' – le Nouveau-Roman.

இருபதாம் நூற்றாண்டின் பிற்பகுதியிலும்– இருபத்தோராம் நூற்றாண்டில் கடந்த பன்னிரண்டு ஆண்டுகளாகவும் பிரெஞ்சுப் படைப்புலகம் வடிவத்திலும், கட்டுமானத்திலும் இறுதியாகச்

சொல்லப்பட்ட இரண்டின் வழிமுறைகளையே தேர்வு செய்து இயங்குகின்றன. இலக்கியக் கோட்பாடுகளையெல்லாம் உதறிவிட்டு வடிவத்திலும் கதை சொல்லலிலும் கடந்த 30 ஆண்டுகளாக விட்டேத்தியாக செயல்பட்டுக் கொண்டிருக்கிற படைப்பாளிகள் நுழைந்திருக்கிறார்கள். இவர்களில் சிலருக்கு அகவயமும், நடப்பியல் வாதமும் கூடாப்பொருட்கள். கடந்தகாலத்தில் மானுடவியல், மொழியியல், உளவியல் ஆகியவற்றின் அடிப்படையில் புனையப்பட்ட இலக்கிய மாந்தர்களெல்லாம் இலக்கிய உற்பத்திகளேயன்றி, படைப்புகளல்ல என்பது இவர்கள் வாதம். இங்கே கவிஞரும், மெய்யியல் அறிஞருமான போல் வலெரி கூறுவதுபோல அவான்–கார்டிஸ்டுகளின் படைப்புகள், காகிதக் குடல்களாலான மனித உயிரிகள்.[1] இந்நிலையில் எதார்த்தம், அகவயம் பற்றிய இலக்கியங்களைப் படைக்கிறோம் என்பதெல்லாம் ஒருவித ஏமாற்றுவேலை. இவர்களைப் பொறுத்தவரை இலக்கியம் அடைப்புக்குறிக்குள் இயங்கவேண்டிய மொழி அதாவது அல்ஜீப்ரா கணிதத்தின் சூத்திரத்தைப்போல; அதுவன்றி தன்னைப் பார்த்துக்கொள்கிற கண்ணாடியாகவும், தனக்குரிய விருப்பமான களமாகவும், நேரங்காலமின்றி எதையாவது தோண்டிகொண்டிருக்கிற தனது கட்டுமானப் பணிக் கேந்திரமாகவும் இலக்கியத்தை அமைத்துக்கொள்வதென்பது இவர்களின் தேர்வு, அவற்றில் கடந்தகால வரலாறுகளும் இருக்கலாம், சொந்தக் கதைகளும் இருக்கலாம். விமர்சனங்களைக் குறித்தோ, இலக்கிய சூத்திரங் களைக் குறித்தோ துளியும் அக்கறையற்றவர்களாய்ச் செயல்படு கிறார்கள். வேண்டாமென்கிறபோதும் இலக்கிய விமர்சகர்கள் விடுவதாக இல்லை. இப்புதிய படைப்பிலக்கியத்தை 'செயப்படுபொருள் குன்றா வினை சார்ந்தது' (*Transitive*), என அழைக்கிறார்கள், அதாவது செயப்படுபொருளை அனுமதிக்கும் வினைச்சொல்லின் செயல்பாட்டுடன் இப்புதியவகைப் படைப்பு களைப் பொருத்துகிறார்கள்.

இப்புதிய அணியின் வரவு 1979 ஆண்டிலேயே தொடங்கி விட்டது. அவர்களுக்கிடையே நிலவிய ஒற்றுமை தாங்கள் ஒவ்வொருவரும் தனித்தவர், மற்றவரிடமிருந்து வேறுபட்டவரென தங்கள் இருத்தலை உறுதிசெய்தது. அலென் ரோப் கிரியே (*Alain Robbe Grillet*) நத்தாலி சர்ரோத் (*Nathalie Sarraute*), மார்கெரித் துராஸ் (*Marguerite Duras*), குளோது சிமொன் (*Claude Simon*) ஆகியோர் அவர்களில் முக்கியமான ஒரு சிலர். இன்றைக்கு அவர்கள் கிளேசியோ (*Clèzio*), மிஷெல் ஹூல்பெக் (*Michel Houellebecq*)

---

1. *Le magazine Littèraire* ஏப்ரல் 2013 இதழ் பக்கம் 46.

பத்ரிக் மொதியானோ (*Patrick Modiano*, மரி தியாய் (*Mari Ndiaye*)என வேறுபெயர்களில் மும்முரமாக இயங்கிக்கொண்டிருப்பவர்கள். இவர்களின் நூல்களை வாசித்தவர்கள் நிகழ்ந்த மாற்றத்தை உணருகிறார்கள். இப்படைப்பிலக்கியவாதிகளின் எழுத்துக்களில் முந்தைய படைப்பாளிகளின் சாயலில்லை. அறுபதுகளிலும் எழுபதுகளிலும் பிரெஞ்சுப் படைப்புலகத்தை ஆட்டிப்படைத் திருந்த 'சடங்கிய விதி'களைத் தளர்த்திக்கொண்டு, பதிலாக 'தனிமனித இருப்பு, 'குடும்பம்' சமூக அமைவு ஆகியனவற்றினை ஊடுபாவாகக்கொண்டும், பிரெஞ்சு இலக்கிய உலகம் பாராமுக மாக இருந்த துறைகளிலும் அக்கறை காட்டுகிறார்கள். வேடிக்கை என்னவெனில் இல்லாத ஒன்றையும் இவர்களுக்கு எழுத்தாக்க முடிவது. தமிழிற் சொல்வதுபோல மணலில் கயிறு திரிக்கவும் இவர்கள் அறிந்தவர்கள். எழுத்தாளரும் விமர்சகருமான பியர் ழூர்து (*Pierre Jourde*), "இன்று நேற்றல்ல; வெகுகாலமாகவே, எல்லாவகையான வரைமுறைகளையும், கடந்து எழுதிக்கொண்டிருக்கிறோம்", என்கிறார். இந்திய இலக்கிய மரபை அறிந்த நமக்கு அதில் வியக்க ஒன்றுமில்லை. படைப்புலகில் இருவகையான எழுத்துகள் இன்றுள்ளதாய் நம்பிக்கொண்டிருக்கிறோம். அதிலொருவகை, நுட்பமும் அழகியலும் இணைந்த புனைவு; மற்றது, வெகுசன இரசனைக்குரியவை. மேற்குலகைப் பொறுத்தவரை 'இவை இரண்டுமே கலந்ததுதான் இன்றைய இலக்கியம்' என்கிறார் பியர் ழூர்து.

○

தன்னை எழுதுதல்

இருபத்தோராம் நூற்றாண்டில் படைப் பிலக்கியத்தைத் தனதாக சுவீகரித்துக் கொண்டு தழைத்துக் கிளைபரப்பியிருக்கும் 'தன்னை எழுதுதல்' (*Ecriture de soi*) எழுத்து வகைமைக்கு காரணங்கள் பல. ஆனால் அதன் வேர் இருத்தலியலும் அதன் மீதான விசாரணையும் என்பதை, தொடக்கத்திலேயே அழுந்தப் பதிவு செய்துவிடலாம்.

எழுத்துக்கு வேர் பேச்சு எனில், தன்னை எழுதுதலுக்கு, 'தன்னைப் பேசுதல்'. மனித வரலாற்றின் தொடக்கத்தில் பேச்சாளனும், பின்னர் எழுத்தாளனும் வருகிறார்கள். மேடையில் ஊறறிய அல்லது நாலுபேரிடம் தனது தனது சுபகீர்த்திகளைச் சொல்லப் பழகியவனுக்குத் தனது அபகீர்த்தியினை, தனது அகவெளியின் அழுகுகளை, ஆபாசங்களைப் பகிர்ந்துகொள்ள அல்லது தனியொருவனாக மனதிற்படுகிற வதைகளுக்கு வடிகால் தேடிக்கொள்ள 'தன்னைப் பேசுதலைத்' தொடக்கத்தில் இரண்டொருவரிடம் தொழிற்படுத்தியிருக்க வேண்டும். மனிதன் எழுதத் தொடங்கியபோதே 'தன்னை எழுதுதல்' பிறக்கவில்லை, அது பைய வளர்ந்ததால் நெடிய வரலாற்றினைக் கொண்டிருக்கிறது. தனது அந்தரங்கங்களை இரண்டொருவரிடம் வாய்மொழி ஊடாகப் பகிர்ந்துகொண்ட ஆரம்பகால மனிதன், தற்போது முச்சந்தியில் கூச்சமற்று பறைகொட்டித் தெரிவிக்கிறான். கொண்டாடப்பட வேண்டியவற்றை மட்டுமல்ல பழிக்கஞ்ச வேண்டியவற்றையும் பகிர்ந்து கொள்கிறான். இதற்கு அசாத்திய துணிச்சல் தேவை.

நாகரத்தினம் கிருஷ்ணா

சமயங்கள் கோலோச்சிய காலத்தில் (இன்றுங்கூட ?) 'தன்னை உரைத்தலின்போது' கேட்கிறவனிடம் மண்டியிட வேண்டியிருக்கிறது. இவனுக்கும் கேட்பவனுக்குமான உறவு 'கீழ்–மேல்' என்ற நியதிக்குரியது. 'கீழ்' அசுத்தம், மேல் சுத்தம்; பாவசங்கீர்த்தனம் செய்கிறவன் பாவி, ஈனப்பிறவி. கேட்பவன் இவனை உய்விக்க வந்தவன், ஒருவகையில் இரட்சகன். வாய்மொழியின்போது கேட்போரின் முகபாவங்களை நேரில் எதிர்கொள்கிற இக்கட்டுகள் உண்டு, எழுத்தில் அவ்வாறான சங்கடங்கள்கூட இல்லை. பேச்சு ஊடாக இரண்டொருவரிடம் பகிர்ந்துகொண்ட இவனது 'சுயம்', எழுத்து ஊடாக நூறு, ஆயிரம், இலட்சம் பேர்களைச் சென்றடையும் வாய்ப்பு கிடைக் கிறது. அவ்வாசிப்புக் கூட்டத்தில் இவனோடு சமதளத்தில் நிற்பவர் அநேகர். எழுத்தில் வாசிக்கிற அந்த 'அநேகரை', படைக்கிறவனுக்குத் தெரிய வாய்ப்பில்லை. வாசிக்கிற அவர்களுக் கும் இவன் யாரென்ற கேள்வி அத்துணை முக்கியமல்ல. ரொலான் பர்த் சொல்வதுபோல எழுதுபவன் வாசகனிடம் நூலை ஒப்படைத்துவிட்டு விலகிக்கொள்கிறான். இன்று ஊடக மும் தொலைத்தொடர்பு சாதனங்களில் ஏற்பட்டுள்ள அசுர வளர்ச்சியும் கூடுதல் துணிச்சலை(?) தருகின்றன. "சங்கடங்கள் காரணமாக மாடியிலிருந்து குதித்து இன்று காலை தற்கொலை செய்துகொள்ள இருக்கிறேன்" என முக நூலில் எழுதும் பதின்பருவத்தினர் உள்ள காலமிது.

'தன்னை எழுதுதல்' இன்று பல உட்பிரிவுகளைக் கொண்டு மேற்குலகில் இயங்குகிறதென்றபோதிலும் பொதுவில் அதனை சுயவரலாறு, சுயபுனைவு என்ற இரு பிரிவுக்குள் அடக்கிவிடலாம். இவ்விரண்டுள் சுயவரலாறு மூத்தது. 19 ஆம் நூற்றாண்டு அதன் தொடக்கமென இலக்கியவரலாறுகள் தெரிவிக்கின்றன. இச்சுயவரலாறு என்பது நாம் அதிகம் வாசித்திருக்கிற... அன்னாருக்கும் இன்னாருக்கும் தைத் திங்கள் ... மகவாய்ப் பிறந்தேன் என ஆரம்பித்து உத்தமர்களாகவும் சாதனையாளர்களாவும் தங்களை வெளிஉலகிற்கு கற்பிதம் செய்யும் உயர்வு நவிற்சி அணி வகைப்பாடு அல்ல; தங்கள் வாழ்க்கையை உள்ளபடி விளங்கச்சொல்வது, நடந்ததை நடந்தவாறு சொல்வது:

"எவ்வகைப் பொருளும் மெய்வகை விளக்கும்
சொல்முறை தொடுப்பது தன்மை ஆகும்"

என தண்டியலங்கார ஆசிரியர் பொருளுரைப்பது இங்கே நினைவுகூரத்தக்கது.

என்றைக்கு மனிதன் தனது வாழ்க்கையைப் பிறர் வாழ்க்கையுடன் இணைத்துக்கொண்டானோ அன்றைக்கே அவனது சுய விருப்பு வெறுப்புகள் முக்கியம் இழந்தன. தனது உணர்ச்சிகளைச் சிரைத்துக்கொண்டு வாழவும், அறிவுகொண்டு உணர்ச்சிகளை வெல்லவும் போதித்தார்கள். ஒழுக்கத்தையும் கற்பையும் கட்டாயம் ஆக்கினார்கள். அவற்றையெல்லாம் அறநூல்கள் என்றார்கள். குடும்பமும், சாத்தியமற்றவிடங்களில் சமயங்களும் உட்புகுந்தன. கடவுள், ஊழ், சொர்க்கம், நரகம் போன்ற சொல்லாடல்கள் கொண்டு மனிதர்களை அச்சுறுத்தி அவர்களின் 'தான்' உணர்வினைப் பொசுக்கி இருக்கிறார்கள். 'நான்' என்ற சொல் கர்வத்தின் குறியீடென்றும் கடவுளிடமிருந்து மனிதனை அப்புறப்படுத்திவிடுமென்றும் திரும்பத் திரும்பப் போதித்தார்கள். புலன்களையும் அதுசார்ந்த உணர்ச்சிகளையும் தனது கட்டுக்குள் வைத்திருப்பது திருமடங்களின் வாழ்க்கை நெறி. அனைத்தையும் துறந்தவர்களே கடவுட் சேவைக்கு உகந்தவர்கள். பாவசங்கீர்த்தனங்கள்கூட மனிதர்களின் சுயபரிசோதனைகளுக்கு உதவவில்லை. இக்கட்டத்தில்தான், எங்கே கதவுகள் அடைக்கப்பட்டனவோ அங்கிருந்தே 'தன்னை எழுதுதல்' சுயவரலாறுகளுக்கு முன்பாகத் தோன்றின.

செயிண்ட் ஆகஸ்டீன் என்பவர் எழுதிய 'பாவசங்கீர்த்தனம்' (confession -Saint Augustin, மொந்தேஞ் என்பவரின் சுய பரிசோதனை (Les Essais - Michel de Montaigne), மிஷெல் தெ மரோல், ரெட்ஸ் கார்டினல் ஆகியோரின் 'நினைவுகள்' (Mémoires) போன்றவற்றை உதாரணமாகக் கூறலாம். பக்தி இலக்கியத்திலும், சித்தர் பாடல்களிலும் உதாரணங்கள் சொல்ல நமக்கு நிறைய இருக்கின்றன. இவர்கள் அனைவரிடமும் ஓர் ஒற்றுமை இருக்கிறது. இவர்கள் குருமார்கள், தேவ இரட்சகனின் பிரதிநிதிகள். அவசியம் என்கிறபோதெல்லாம் மேய்ப்பவனிடம் இந்த ஆடுகளுக்கு முறையிடும் வாய்ப்புகள் இருந்தன. எனினும் பாவங்களின் அரிப்பிலிருந்து நிவாரணம் தேடவேண்டிய நெருக்கடியும் அவர்களுக்கு இருந்தது. பத்தொன்பதாம் நூற்றாண்டிலிருந்து, இலக்கியவாதிகள் உள்ளே நுழைகிறார்கள். பிரான்சு நாட்டில் ஷத்தோ பிரியான், லமார்த்தின், கஸநோவா போன்றோர் குறிப்பிட வேண்டியவர்கள். இவர்கள் அனைவரும் என்ன பெயரிட்டு அழைத்திருப்பினும், எழுதுபொருள் அவர்கள் வாழ்க்கை பற்றிய ஆவணங்களாக, சாட்சியங்களாக, நினைவூட்டல் களாக இருக்கின்றன.

எனினும் தன்னை எழுதுதலைத் தெளிவுபடுத்திய முதலாவது இலக்கியவாதி (பிரெஞ்சு இலக்கிய உலகைப்

                                                        நாகரத்தினம் கிருஷ்ணா

பொறுத்தவரை) ரூஸ்ஸோ. . . செயல்பாடுகளால் மனிதர்கள் கட்டமைக்கப்படுகிறார்கள் என நம்பும் இருத்தலியல் வாதிகளான சார்த்ருவும் சிமோன் தெ பொவாருங்கூட[1] 'நான் 'எனக்கு' என்று உருவெடுக்கும் கருத்தியத்தின் அடிப்படையிலேயே தங்கள் இருத்தல் சுயவரலாற்றை எழுதினார்கள். ஆனால் அங்கு 'இருத்தல்' 'சாரத்திற்கு – முந்தையது என்பதை வலியுறுத்த 'தன்முனைப்பு' தன்னைத்தானே விடுவித்துக்கொண்டதும் நடந்தது. 'தன்னை எழுதுதல்' புதிய பாய்ச்சலுடனும், புதிய பரிமாணங்களுடனும் தழைத்த காலம் பத்தொன்பதாம் நூற்றாண்டின் இறுதியும் இருபதாம் நூற்றாண்டின் தொடக்கமும் ஆகும். சிக்மண்ட் பிராய்டு உருவாக்கிய உளவியல் பகுப்பாய்வு பெரும் அளவில் உதவியது, காரண காரிய தர்க்கவியலை மறுத்து; உயிர்வாழ்க்கையில் வடுவாக நின்றுபோன சம்பவங்களைக் கணக்கிற்கொள்ளாமல்; சிறுகச்சிறுக ஆன்மா[2] (subject) கட்டமைத்துக்கொள்ளும் உள்ளுடம்பை (Subjectivity) அதன் பண்பை சிறப்பித்தது. சுயவரலாறு என்பது ஒரு மனிதர் அல்லது பெண்மணியின் வாழ்க்கையில் சம்பவித்த மறக்கவியலாத தருணங்களுக்கெல்லாம் அப்பாற்பட்டதென்றும், சம்பந்தப்பட்ட மனிதர்களின் அகவயப் பண்புகளைக் கட்டமைப்பதே அதன் முழுமையான நோக்கமென்றும் கருதுகிற சிந்தனை வலுவுற்றது இக்காலக்கட்டத்தில்தான். *In Search of Lost Time* (தொலைத்த காலத்தைத் தேடி) புகழ் இலக்கியவாதி மர்செல் புரூஸ்ட் (*Marcel Broust*) தன்னை எழுதுதலில் புதிய விந்தையை நிகழ்த்தியிருந்தார். 'தன்னை' விசாரணக்கு உட்படுத்தி தனது செயல்பாடுகளுக்கான 'காரண காரியத்தை' ஆய்வதுதான் தன்னை எழுதுதலில் அவர் அறிமுகப்படுத்தும் வகைமை. இம்ப்ரெஷனிஸ ஓவியர்கள், "மேலோட்டமாக நாங்கள் வரைந்த ஓவியத்தை மட்டும் பார்க்காதீர்கள், அந்த ஓவியங்கள் ஊடாக எங்கள் கண்களைப் பாருங்கள்" – என்றார்கள். சுயவரலாற்றிலும் அது நிகழ்ந்தது. அங்கே கதைமாந்தர் இடத்தைக் கதைசொல்லி அபகரித்து தம் எண்ணங்களைப் பகிர்ந்துகொண்டார். அமைப்பியல்வாதத்தின் பங்கும் இதிலுண்டு – அவர்கள் 'தன்னை எழுதுத'லைக் குறியியல் பரிணாமமமாகப் பார்த்தனர். "தன்னைப் பற்றிய புனைவில்" 'படைப்பு – ஆளுமை நிறமிழக்கிறது, 'சுயவரலாறு' அல்லது 'தன் சரித்திர'த்திடம் அவன் செய்துகொள்ளும் ஒப்பந்தம் தன்னை உரசிப் பார்க்க அவனுக்கு உதவுகிறது. அதனால் யார் எழுதியது? எழுதியவரின் ஆளுமை என்ன, வரலாறு என்ன? போன்ற கேள்விகளுக்குள்ள கவர்ச்சிகள் குறைந்து, உண்மைகள் என்று சொல்வதைத் (மேன்மை கீழ்மையை) தெரிந்துகொள்ளும் ஆர்வத்தைப் பிறரிடம் தூண்டுகிறது.

இதில் ஒன்றைப் புரிந்துகொள்ள வேண்டும் – தொடக்கத்தில் கூறியதுபோன்று சுயசரிதைகளில், "எழுதுபவரைத் தேடுவதாகப் பாசாங்குசெய்து, வாசகர்கள் தம்மைத் தேடுகிறார்கள்" என்பதே உண்மை. 'தன்னை எழுதுவ'தென்பது சில வேளைகளில் தன்னைச் சொல்வது, தன்னை விவரிப்பது. தனது நம்பிக்கையை, தனது அவநம்பிக்கையை பேசுவது:

"எப்படியாச்சும் ஒரு நல்ல வேலையைத் தேடிக்கிட்டு, சுயமா சம்பாரிச்சுக்கிட்டு யாரையுமே எதிர்பாராமே நம்ம காலுலே நாமே நிக்கணும்னு அவளுக்குள்ள தீர்மானமா ஒரு முடிவெடுத்துக்கிட்டா" (மனுசி– பாமா பக்கம்– 19)

"முன்வாசல் படி இறங்கும்போது அவன் விட்டுவிட்டு வள்ளியின் முகத்தைப் பார்த்தான். அவளை அணைத்து அவள் முகத்தில் முத்தம் இட வேண்டுமென்று பாலுவுக்குத் தோன்றிற்று" (குழந்தைகள் பெண்கள் ஆண்கள் – சுந்தர ராமசாமி; பக்கம் 595)

"ஒரே ஒரு கருத்தை என் மனது சுற்றுகிறது. ஆனால் இந்த மையத்தில் புலையர்கள் உயிருள்ள மனிதர்களாக இன்னும் எனக்குத் தென்படவில்லை. மறையும் மாலைப் பொழுதில் வரும் நீளமான நிழல்கள், தொலைவிலேயே நின்று கேட்டுக்கொண்டிருக்கும் கருப்பு நிழல்கள் . . . இரவு எப்படிப் புணர்கின்றன, எப்படி யோசிக்கின்றன. குழந்தைகளை எப்படிக் கொஞ்சுகின்றன, எப்படி அழுகின்றன – எதுவுமே தெரியாது. பெயர்களே மறந்து போகின்றன. யார் பிள்ளன், யார் கரியன், யார் முத்தன். . . (பாரதிபுரம் – யு.ஆர். அனந்தமூர்த்தி; பக்கம் – 166)

மேற்கண்ட உதாரணங்களிலிருந்து "மேற்கத்தியர்கள் மட்டுமே 'தன்னை எழுதுத'ல்லில் பங்கெடுத்தவர்கள்" என்ற கருத்தை மறுக்க முடிகிறது. ஆனால் மேலை நாட்டினரோடு ஒப்பிடுகையில் இது குறைவுதான். தவிர ஒரு பார்வையாளனாக தன்னை வைத்து நாவலைப் படைக்கிறபோதே புனைவில் இடம்பெறும் ஒவ்வாமைகளை படைப்பாளியோடு இணைத்துப் பார்க்கும் மனநிலைகொண்ட இந்தியச் சமூகத்தில் இதுவே அதிகம். தவிர இங்கே 'தன்னை எழுதுதல்' என்ற முயற்சியே கூட ஓர் இந்தியத் திரைப்படக் கதைநாயகனை முன்னிறுத்துவது போன்ற பாமரத்தனமான செயலாக இருக்குமே ஒழிய, ஓர் உள்ளுடம்பின் உண்மையான ஆளுமையை (அழுக்குகளையும் சேர்த்து) புரிந்துகொள்ள வழிவகுக்காது. இதற்கு ஒரு வகையில் போலியான ஒரு மரபைத் தூக்கிப் பிடிக்கும் இந்தியச் சமூகமும் பொறுப்பு. செர்ழ் துப்ரோஸ்கி (Serge Doubrovsky) ஒரு பிரெஞ்சுப் படைப்பிலக்கியவாதி, விமர்சகர், பிரெஞ்சு மொழிப் பேராசிரியர்.

 நாகரத்தினம் கிருஷ்ணா

'தன்னை எழுதுதல்' குறித்து அவர் தெரிவித்தது: "எழுத்தாளன் இறந்தாலென்ன? அவனுக்கு மறுபிறவியை ஏற்படுத்தித் தர 'தன்னை எழுதுதல்' இருக்கிறதென" கூறியவர். அவருக்கு "அச்சடித்த காகிதத் தளத்தில் எழுத்தாளனுக்கும் வாசகனுக்கும் ஏற்படுத்தித் தரும் சந்திப்பே 'தன்னை எழுதுதல்'. அவருக்கு முன்பாக 'எழுத்தாளன் இறக்கிறான்' என அறிவித்திருந்த ரொலான் பர்த், தூப்ரோஸ்கி கூற்றை வழிமொழிவதுபோல "ரொலான் பர்த் பற்றி ரொலான் பர்த்" என்ற தமது சுயசரிதையை எழுதி மறுபிறவி கண்டதை இங்கே குறிப்பிட வேண்டும்.

○

குறிப்புகள்

1. *Les Mots - J.P. Sartre, Mémoires d'une jeune fille rangée*

2. உளப்பகுப்பாய்வில் *Subject, subjectivity* என்ற இரு சொற்களுக்கும் சரியான தமிழ்ச் சொற்களைக் கையாளுவது அவசியமாகிறது. *Subject* என்கிற சொல் உளப்பகுப்பாய்வின்படி ஓர் *'being'* (உயிருரு). எனவே தமிழில் உளப்பகுப்பாய்வுடைய பொருளில் *'Subject'* ஐக் குறிக்க 'ஆன்மா' பொருத்தமானது. அதுபோல *'Subject'* தன்னில் கட்டமைக்கும் *'subjectivity'* ஐ 'தூக்கும சரீரம்' அல்லது 'உள்ளுடல்' எனலாம் அதை 'அகநிலை' (தற்போது அநேகர் உபயோகிக்கும் சொல்) என்ற சொல்லால் குறிப்பிடுவது உளப்பாகுபகுப்பாய்வுப் பொருளுக்கு (அதற்கென உள்ள அகராதிகளைப் பார்க்கவும்) எவ்விதத்திலும் பொருந்தவில்லை. அதுபோல பிறரிடம் அல்லது வெளி உலகிடம் தம்மை அடையாளப்படுத்திக்கொள்ள *Subject* எடுக்கும் உருவமே உளப்பகுப்பாய்வின்படி *'Object'*. அதனைக் குறிக்க வழக்கிலுள்ள ஸ்தூல சரீரம் அல்லது 'வெளியுடல்' இரண்டிலொன்றை பாவிக்கலாம்.